வேர்களின் கண்ணீர்

ரவி கண்ணப்பன்

ISBN 979-8-88975-989-8

உரிமைத் துறப்பு

இந்நூலில் கூறப்பட்டுள்ள அனைத்தும் கற்பனையே. எவரையும் குறைகூற எழுதப்பட்டதல்ல. பிள்ளைகளின் வாழ்வை உயர்த்த அல்லும் பகலும் பாடுபட்ட பெற்றவர்கள், வயதாகி, தளர்வுற்று, ஏதுமற்று பிள்ளைகளின் உதவியை நாடி வாழவேண்டிய சூழல் வரும்போது, பிள்ளைகளில் பலர் அவர்களைக் கவனித்துக்கொள்ள மறுத்து வாட விடுகிறார்கள். பிள்ளைகளை நம்பி ஏமாந்து வாடி வாழும் சூழல் பெற்றவர்களுக்கு வாராதிருக்க, எவ்விதப் பாதுகாப்பு வழிமுறை சட்டமாக்கப்பட்டு, வாழ்வியல் முறையாக கடைபிடிக்கப்பட்டிருந்தால், அம்முறை அவர்களுக்கு குறைந்தபட்ச நன்மையை அளிக்கும் என்ற சிந்தனையின் வெளிப்பாடே இந்நூல். யாருக்காவது குறையிருப்பின் பொறுத்திடவும்.

முன்னுரை

அன்னையும் பிதாவும் முன்னறி தெய்வம் - தாய், தந்தையர் கண்கண்ட தெய்வம்

தந்தை சொல் மிக்க மந்திரம் இல்லை - தந்தை சொல்லே உயர்ந்த மந்திரம் போலாகும்.

தாயிற் சிறந்த ஒரு கோயிலுமில்லை - தாயே சிறந்த தெய்வமாகும்

நன்றி - http://jagadhguru-needhinoolgal.blogspot.com/2012/12/91.html

என்று ஒளவையார் கொன்றை வேந்தனில் எழுதியுள்ளார்.

நம் அனைவருக்கும் பெற்றோர் தான் முதல் தெய்வம் எனில், நம் நாட்டில் பல பெற்றோர்கள் அனாதை/முதியோர் இல்லத்திலும், நடைபாதைகளிலும், பிச்சைக்காரர்களாகவும் வாழ வேண்டிய சூழ்நிலை ஏன் ஏற்பட்டுள்ளது?

அப்படி எனில் நமது சமுக வாழ்நிலையில் எங்கோ தவறு இருக்கிறது அல்லவா. அந்தத் தவறு என்னவாக இருக்கலாம்?

தந்தை மகற்காற்றும் நன்றி அவையத்து

முந்தி இருப்பச் செயல். குறள் 67

மு.வரதராசனார் உரை:

தந்தை தன் மகனுக்குச் செய்யத்தக்க நல்லுதவி, கற்றவர் கூட்டத்தில் தன் மகன் முந்தியிருக்கும்படியாக அவனைக் கல்வியில் மேம்படச் செய்தலாகும்.

நன்றி: https://www.ytamizh.com/thirukural/kural-67/

'சான்றோனாக்குதல் தந்தைக்குக் கடனே'. என்கிறார் பொன்முடியார் 'புறநானூற்றில். (புறம். 312)

நன்றி: https://kural.pro/tamil/thirukkural-67-pudhalvaraip-perudhal

மேற்கூறிய குறளிலும் பாடல்வரிகளிலும், அய்யன் திருவள்ளுவரும், பொன்முடியாரும் கூறியுள்ளவாறு பெற்றோர்

தங்கள் பிள்ளைகளை வாழ்வில் சிறந்து விளங்கக்கூடிய வகையில் வளர்க்காமல் தவற விட்டதன் காரணமாகவா?

ஏவா மக்கள் மூவா மருந்து - செய் என்று சொல்லும் முன்பே குறிப்பறிந்து செயலாற்றும் பிள்ளைகள் அமிர்தம் போன்றவர்கள் என்று ஒளவையாரும்

நன்றி - http://jagadhguru-needhinoolgal.blogspot.com/2012/12/91.html

எழுபிறப்பும் தீயவை தீண்டா பழிபிறங்காப்

பண்புடை மக்கட் பெறின். குறள் 62

மு.வரதராசனார் உரை:

பழி இல்லாத நல்ல பண்பு உடைய மக்களைப்பெற்றால் ஒருவனுக்கு ஏழு பிறவியிலும் தீவினைப் பயனாகிய துன்பங்கள் சென்று சேரா.

நன்றி: https://kural.pro/tamil/thirukkural-62-pudhalvaraip-perudhal

மகன் தந்தைக்கு ஆற்றும் உதவி. இவன்தந்தை

என்நோற்றான் கொல்எனும் சொல். குறள் 70

ஞா. தேவநேய பாவாணர் உரை:

தந்தைக்கு மகன் ஆற்றும் உதவி:

தான் பிறந்ததினின்று தன்னை வளர்த்துக் கல்வி கற்கவைத்து, உலகிற் பிழைப்பதற்கு ஒரு தொழிலிற் பயிற்றி, மணஞ் செய்வித்து மனையறம் படுத்தி, தன் தேட்டிலும் ஒரு கூறளித்த தன் தந்தைக்கு,

மகன் செய்ய வேண்டிய கைம்மாறாவது:

இவன் தந்தை என் நோற்றான் கொல் எனும் சொல்:

தன் அறிவாற்றலையும் நற்குண நற்செயல்களையும் கண்டோர், இவன் தந்தை இவ்வருமந்த மகனைப் பெறுதற்கு என்ன கடுந்தவஞ் செய்தானோ என்று வியந்து கூறுஞ்சொல்லை, அவர் வாயினின்று தானாக வரச் செய்தலாம். தந்தை நெடுங்காலமாகச் செய்த பல்வேறு பெருநன்மைக்கும் மகன் செய்ய வேண்டிய கைம்மாறு ஒரு சொல்லே என்கிறார். இதனால், தந்தை செய்த நன்றிக்குச் சரியாக ஈடுசெய்தல் அரிதென்பதும், தென்புலத்தார் கடனைத் தீர்க்க நன்மக்களைப்

பெறுதல் பெற்றோர்தம் விருப்பம்போற் செய்துகொள்ளக்கூடிய செயலன்றென்பதும், பெறப்படும்.

நன்றி: https://kural.pro/tamil/thirukkural-70-pudhalvaraip-perudhal

மேற்கூறிய குறளிலும் பாடல்வரிகளிலும், அய்யன் திருவள்ளுவரும் ஔவையாரும், பொன்முடியாரும் கூறியுள்ளது போன்ற நற்பண்புகளைப் பிள்ளைகள் வளர்த்துக்கொள்ளப் பெற்றவர்கள் பயிற்றுவிக்காமல் தவற விட்டதன் காரணமாகவா?

இவற்றுக்கெல்லாம் மற்றக் காரணங்களாக இருக்கக்கூடியவை:

- பெற்றோர்கள் அவர்கள் பெற்றோர்களிடம் வாழ்ந்த சூழல் காரணமாகவா அல்லது வளர்க்கப்பட்ட விதமா?

- பெற்றோர்கள் தங்ளை வளர்த்துக்கொண்ட விதமா?

- பெற்றோர்கள் பிள்ளைகளை வளர்த்த விதமா?

- பிள்ளைகள் தங்களை வளர்த்துக்கொண்ட விதமா?

- பெற்றோர்களுக்கும் பிள்ளைகளுக்கும் இடையேயான ஈர்ப்புச் சக்தியின் அளவுக்குறைவாலா?

- பொருளாதார நெருக்கடியால் குடும்ப உறுப்பினர்களின் இயலாமையினாலா?

- குடும்பத்தில் இருப்பவர்களுக்கும் குடும்பத்திற்கு வந்தவர்களுக்கும் இடையேயான புரிதலின்மையாலா?

- குடும்ப உறுப்பினர்களுக்குள் உள்ள ஏற்றத்தாழ்வுகளினால் உருவாகும் உயர்வு மற்றும் தாழ்வு மனப்பான்மையினாலா?

- பிறரைப் போல் தன் வாழ்வு இல்லையே எனும் ஏக்க உணர்விலா?

- பெற்றவர்கள், மற்ற பெற்றோர் அவர்கள் பிள்ளைகளிடம் நடந்துகொள்ளும் விதம் கண்டா?

- பிள்ளைகள், மற்ற பிள்ளைகள் அவர்கள் பெற்றோர்களிடம் நடந்துகொள்ளும் விதம் கண்டா?

- காட்சி ஊடகங்களிலும் செய்தித்தாள்களிலும் காணக்கூடிய மற்றும் படிக்கக்கூடிய நிகழ்வுகளின் தாக்கத்தினாலா?

என்பதுதான் மிகப்பெரிய கேள்விக்குறியாக உள்ளது.

பணமின்மை ஒரு காரணமாகச் சிலர் நினைக்கலாம். அது ஒரு விதத்தில் உண்மையென்றாலும், பணக்காரர்கள் முதல் மிகப்பெரியப் பணக்காரர்கள் வரையிலான குடும்பங்களிலும்கூட பெற்றோருக்கும் பிள்ளைகளுக்குமான உறவில் விரிசல் இருக்கத்தான் செய்கிறது.

அதே நேரத்தில், பணமில்லாத ஏழை எளியவர்கள் சிலரின் குடும்பத்தில் பெற்றோருக்கும் பிள்ளைகளுக்குமான உறவின் நெருக்கம் அன்பினால் அதிகமாக இருக்கத்தான் செய்கிறது. எனவே, பெற்றோர், பிள்ளை, மற்றும் உறவுகளுக்கு இடையேயான விரிசல்களுக்கு அடிப்படை காரணமாக அமைவது பெற்றோருக்கும் பிள்ளைகளுக்கும் உறவுகளுக்கும் இடையேயான அன்பு எனும் ஈர்ப்புச் சக்தியின் அளவு குறைவே காரணமாக இருக்கும். இதனால்தான் பெற்றோர்கள் அனாதை இல்லங்களிலும், முதியோர் இல்லங்களிலும், நடைபாதைகளிலும் இருப்பதற்கும் மற்றும் பிச்சைக்காரர்களாகவும் இருப்பதற்கும் காரணமாகவும் அமைகிறது.

அதேபோல், பிள்ளைகள் அனாதை இல்லங்களிலும், நடைபாதைகளிலும் இருப்பதற்கும் மற்றும் பிச்சைக்காரர்களாகவும் இருப்பதற்கும் காரணமாகவும் அமைகிறது.

இருவருக்கிடையேயான அன்பு என்பது தானாக மலர வேண்டும் அப்பொழுதுதான் அவர்களுக்கிடையேயான உறவும் விட்டுக்கொடுக்கும் தன்மையும் வாழ்வியலாக இருக்கும். அன்பைச் செயற்கையாக மலர வைக்க முனைந்தால் அவ்வன்பு எப்பொழுது சிறிய பிரச்சனை ஏற்பட்டாலும் உறவில் விரிசல் ஏற்படும். அந்த விரிசல் ஏற்படாவண்ணம் குடும்ப உறுப்பினர்கள் ஒவ்வொருவரும் விழிப்புடன் நடந்துகொண்டால் உறவு நீடித்திருக்கும்.

அன்பு மலர பல வழிகளைப் பலர் எடுத்துக் கூறியுள்ளனர்/ கூறிக்கொண்டுள்ளனர். ஆனாலும் பெற்றோருக்கும் பிள்ளைகளுக்குமான உறவில்/அன்பில் குழப்பங்கள் எல்லாக் காலத்திலும் இருந்து கொண்டேதான் உள்ளது. இதனால் இவ்வுறவுகளுக்குள், முக்கியமாக வயதான பெற்றவர்களுக்கு, ஒரு பாதுகாப்பின்மை நிலவிக்கொண்டே இருக்கிறது.

அதேபோல், சிறுபிள்ளைகளின் வாழ்விலும், குறிப்பாகப் பெற்றோர்களின் திருமண முறிவாலும் அல்லது பெற்றோர்

மறுமணம் செய்துகொள்வதாலும் ஒரு பாதுகாப்பின்மை நிலவிக்கொண்டே இருக்கிறது.

மேலும் இயற்கைப் பேரிடராலும் அல்லது விபத்துகளாலும் பிள்ளைகள் மறைந்ததால் பெற்றோர்களுக்கும், பெற்றவர்கள் மறைந்ததால் பிள்ளைகளுக்கும், ஒரு பாதுகாப்பின்மை நிலவிக்கொண்டே இருக்கிறது.

பிள்ளைகளிடமிருந்து பெற்றோர்களுக்கும், பெற்றோர்களிடமிருந்து பிள்ளைகளுக்கும் பாதுகாப்பு என்பது எதுவாக இருக்கலாம் - நிறையப் பாதுகாப்புகள் இருக்கலாம். இப்பாதுகாப்புகளில் முக்கியமானதும் அவசியமானதாகவும் இருக்கக்கூடிய ஒன்று - பொருளாதாரம்.

பொருளாதாரம் குறைந்தபட்சத் தேவையை நிறைவு செய்யக்கூடிய அளவிற்கு இருந்தது என்றால்

- பிள்ளைகளால் தவிர்க்கப்பட்டுத் தனித்து விடப்பட்ட பெற்றோர்களாக இருந்தாலும் அல்லது

- இயற்கைப்பேரிடரால்/விபத்துகளால் யாருமற்றவர்களாகின்ற பிள்ளைகளானாலும்/ பெற்றவர்களானாலும் அல்லது

- மறுமணம் செய்து கொண்ட பெற்றோரால் தவிர்க்கப்பட்டுத் தனித்து விடப்பட்ட அவர்களின் முந்தைய திருமண வாழ்வில் பிறந்த பிள்ளைகளானாலும் அல்லது

- திருமண முறிவால் பிரிந்த பெற்றோர்களால் தவிர்க்கப்பட்டுத் தனித்து விடப்பட்ட பிள்ளைகளானாலும்

- மற்ற பல காரணங்களால் யாருமற்றவர்களாக ஆக்கப்படுகின்ற பிள்ளைகளானாலும் அல்லது பெற்றவர்களானாலும்

தங்கள் வாழ்வை வாழ்ந்துகொள்வதற்கு ஏற்றதாகவும், மற்றவரையோ அல்லது ஆதரவற்றோர்/முதியோர் இல்லங்களில் அல்லது நடைபாதையில் வசிக்கக்கூடிய அவலமோ இல்லாமல் இருக்கும்.

இப்பொருளாதாரப் பாதுகாப்பு பிரச்சனைகளை எவ்வாறு களையலாம் என்பதற்கு ஒரு வழியைத்தான் இந்நூல் ஒரு கதையின் வாயிலாக விவரிக்க முற்பட்டுள்ளது.

மேலும், குடும்ப உறவுகளின் மனதிலுள்ள/மனதில் ஏற்படும் குறை குணங்களின் வெளிப்பாட்டினால்தான் குடும்பத்திற்குள் குழப்பங்கள், பிரச்சனைகள், பிரிவுகள் வருகின்றன என்பதை வலியுறுத்தவும், அவைகளால் ஏற்படும் பாதிப்புகளை வெளிப்படுத்தவும் அந்தப் பாதிப்பினால் பாதிக்கப்படுபவர்கள் எவ்வாறு குலைந்துப்போகிறார்கள் என்பதை உணர்த்தவும் எழுதப்பட்டது.

நல்ல குடும்பங்களே இல்லையா என்றால் இருக்கிறார்கள் அவர்கள் குடும்பம் நன்றாக இருக்கும், அதனால் அந்தக் குடும்பத்தைப் பற்றி நாம் கவலைப்படத் தேவையில்லை.

ஆனால், அதே குடும்பத்திற்குள் வரும் உறவுகளான மருமகன், மருமகள், மாமனார், மாமியார், மாமா, அண்ணி, மைத்துனன், மைத்துனி, மற்ற உறவுகள், ஆகியவர்களில் ஒருவரோ, பலரோ, குறை குணங்கள் கொண்டிருந்தால் இந்த நல்ல குடும்பமும் பாதிப்படையும். அவ்வாறு பாதிப்படையும் போது அவர்களும் உறவுகளின் குறை குணத்தால் பாதிப்படைந்த குடும்பமாக மாறிவிடுகின்றனர்.

இவை எதனாலும் பாதிக்கப்படாத ஒரு குடும்பம் இருந்தால் அது கடவுளால் ஆசிர்வதிக்கப்பட்ட குடும்பம் ஆகும்.

அத்தியாயம் 1

காலை ஆறு மணி. மெரினா கடற்கரைச் சாலை. இளம் காலை கதிரவன் தன் அன்றைய வேலையை ஆரம்பித்துக்கொண்டிருந்தது. காலை நேர இதமான கடற்காற்றும் வீசிக்கொண்டிருந்தது.

உடல்நலம் காக்க நிறைய மனிதர்கள் நடைப்பயிற்சி செய்துகொண்டிருந்தனர். சிறியவர் முதல் வயதானவர் வரை அனைத்து வயதினரையும் காணமுடிந்தது. சிலர் உடற்பயிற்சியும், சிலர் யோகாவும் செய்து கொண்டிருந்தனர்.

இவர்களுக்கு இடையே வயதான இணையர்கள் ஒருவர் கையை ஒருவர் பிடித்துக்கொண்டு மெதுவாக நடந்து வந்துக்கொண்டிருந்தனர். கடற்கரை காந்தி சிலை அருகே வந்து அமர்ந்துகொண்டனர். இருவரும் மெலிந்த உருவம் உடையவர்களாக இருந்தனர். நீண்டநாட்களாகச் சரியாகச் சாப்பிட்டிருக்கமாட்டார்கள் என்பது அவர்களைப் பார்க்கும்போதே தெரிந்தது.

இருவரும் தங்களைச் சுற்றி நடைப்பயிற்சி, உடற்பயிற்சி மற்றும் யோகா செய்பவர்களை வேடிக்கை பார்த்துக்கொண்டு அமர்ந்திருந்தனர்.

இவர்கள் அமர்ந்திருப்பதை யாரும் கண்டுகொள்ளவில்லை.

சிறிது நேரம் இப்படியாகச் சென்றது.

பின்னர், தாங்கள் கொண்டுவந்திருந்த பையிலிருந்த ஒரு காகிதத்தை எடுத்துக் கையில் பிடித்துக்கொண்டார்கள். அதில்

எங்களின் பிள்ளைகளிடமிருந்து நியாயம்
பெற்றுத் தாருங்கள்

என்று எழுதப்பட்டிருந்தது.

அவர்கள் அங்கு அமர்ந்திருப்பதையும் மற்றும் காகிதத்தில் எழுதியுள்ளதையும் சிலர் பார்த்துச்சென்றனர். பலர் இவர்கள் பக்கம்கூட திரும்பிப் பார்க்காமல் சென்றுக்கொண்டிருந்தனர்.

8.30 மணியளவில் இணையர்கள் இருவரும் அருகிலிருந்த நடைபாதை கடைக்குச் சென்று காலை உணவைச் சாப்பிட்டு வந்தனர்.

வெயில் கொஞ்சம் கொஞ்சமாக அதிகமாகி கொண்டே வந்ததால் அருகில் இருந்த மர நிழலில் அமர்ந்துக்கொண்டனர்.

நடைபாதை கடைக்காரர் ஒருவர் இவர்களை அவ்வவ்பொழுது கவனித்துக் கொண்டிருந்தார்.

ஒன்பது மணிக்கு மேல் கூட்டம் குறைய ஆரம்பித்தது.

நடைபாதை கடைக்காரர் ஏறக்குறைய எல்லா உணவுப்பொருட்களையும் விற்று முடித்துவிட்டார்.

நடைபாதை கடைக்காரரின் மனைவி இவர்களிடம் வந்து யார் நீங்கள் என்றும் ஏன் இவ்வாறு எழுதி வைத்துள்ளீர்கள் எனவும் கேட்டார்.

அவருக்கு பதில் எதுவும் சொல்லாமல் தலைகுனிந்து அமர்ந்திருந்தனர். இருவரின் கண்களிலும் கண்ணீர்த் துளி வெளியே வரலாமா வேண்டாமா என்று கண்களின் ஓரம் தவித்துக்கொண்டிருந்தது.

கடைக்காரரின் மனைவி அவர்களை மேலும் வற்புறுத்தாமல் எதிரிலிருந்த பெண்மணியின் கையைப் பிடித்துக்கொண்டு சிறிது நேரம் அமர்ந்திருந்தார். பின்னர், தங்களின் கடைக்குச் சென்று மீதியிருந்த உணவுப்பொருட்களை வாழையிலையில் வைத்துக்கட்டி அதைக் கொண்டுவந்து அவர்களிடம் கொடுத்து மதியம் சாப்பிடுங்கள் என்று கூறினார். அன்பால் கொடுக்கப்பட்ட அவ்வுணவினை வேண்டாம் என்று சொல்ல மனமின்றி நன்றி சொல்லி வாங்கிக்கொண்டனர்.

வெயில் அதிகமாகிக்கொண்டே வந்ததால் நல்ல நிழலான இடம் தேடிச்சென்று அமர்ந்துக்கொண்டனர்.

தங்களைக் கடந்துசெல்லும் மக்களையும் வாகனங்களையும் வேடிக்கை பார்த்துக்கொண்டு அமர்ந்திருந்தனர். சிறிது நேரத்தில் ஒருவர் மீது ஒருவர் சாய்ந்துக்கொண்டு கண்ணயர்ந்தனர் இணையர்களான ஆறுமுகமும் கமலமும்.

மதியம் இரண்டுமணியளவில் கடைக்காரர் கொடுத்த உணவை இருவரும் சாப்பிட்டனர்.

நான்கு மணியளவில் மீண்டும் காந்தி சிலை அருகே தங்களின் கைகளில் காகிதத்தைப் பிடித்துக்கொண்டு ஆறுமுகமும் கமலமும் அமர்ந்துக்கொண்டனர்.

காலையில் நடந்ததைப் போலவே, இவர்களைக் கடந்து சென்றவர்களில் பலர் பார்த்துக்கொண்டும் சிலர் இவர்களைக் கவனிக்க நேரமில்லாமலும் சென்று கொண்டிருந்தனர்.

இரவு 7 மணி வரை அங்கேயே அமர்ந்திருந்தார்கள். பிறகு அங்கிருந்து புறப்பட்டுத் தாங்கள் சிறிது நாட்களாகப் படுத்துறங்கும் நடைபாதை இடத்திற்குச் சென்று, வரும்வழியில் வாங்கி வந்த உணவினைச் சாப்பிட்டுவிட்டு சிறிது நேரம் அமர்ந்திருந்தனர்.

இவர்களைப் போலவே நிறையப் பேர் அந்த நடைபாதையில் அமர்ந்து பேசிக்கொண்டும் உறங்கிக்கொண்டும் இருந்தனர். அவர்களில் கைக்குழந்தை முதல் இவர்களைப்போல் பெரியவர்கள் வரை இருந்தனர்.

ஒவ்வொருவரும் ஏதோவொரு காரணத்தால் தங்கள் வீடுகளையும் உறவுகளையும் இழந்து இங்கே வாழ்ந்துக் கொண்டிருக்கிறார்கள்.

அவரவரின் பிரச்சனைகளைக் குறித்து சிலர் தங்களுக்குள் சிந்தித்துக்கொண்டும், சிலர் அவர்களுக்குள் பழக்கமானவர்களிடம் விளக்கிக்கொண்டும் இருந்தனர். பலர் நீண்ட நாட்களாக இங்கேயே தங்கியிருப்பதால், சிந்திப்பதும் விளக்குவதும் பழகிப்போனதால், நாட்டுநடப்பையும் அரசியலைப்பற்றியும் விவாதித்துக் கொண்டிருந்தார்கள். பெண்கள் சிலர் அங்கேயே இரவு உணவினைச் சமைத்துக் கொண்டிருந்தார்கள்.

ஒரு சிலர் நாள் முழுவதும் உழைத்த களைப்பில் உறங்க ஆரம்பித்து விட்டனர்.

ஆறுமுகமும் கமலமும். தங்கள் வாழ்வைப்பற்றியும் தங்களின் தற்போதைய இந்நிலைமையைப்பற்றியும் யோசித்துக்கொண்டே உறங்கி விட்டார்கள்.

அத்தியாயம் 2

அடுத்த நாள் விடியற்காலையில் எழுந்த ஆறுமுகமும் கமலமும். ஏற்கனவே அங்கு உடன் தங்கியிருந்தவர்கள் செய்திருந்த உதவியினால் காலைக்கடன்களை முடிப்பதற்கும் மற்றும் குளிப்பதற்கும் துணிதுவைத்துக் காயவைப்பதற்கும் சிரமமின்றிச் செய்து முடித்தார்கள்..

இன்றும் நேற்றைப்போலவே காலை 7 மணியளவில் கடற்கரை காந்தி சிலை அருகில் வந்து வாசகம் எழுதப்பட்ட காகிதத்துடன் அமர்ந்துகொண்டனர்.

சிறிது நேரத்தில் காலை நடைப்பயிற்சி செய்யும் உடையில் இருந்த ஒருவர் இவர்கள் அருகில் வந்தார். காகிதத்தில் எழுதியிருந்ததைப் படித்துப்பார்த்தார். சிறிது நேரம் இவர்கள் இருவரையும் பார்த்துக்கொண்டிருந்துவிட்டுப் புறப்பட்டுப் போய்விட்டார்.

இன்றும் மாலை வரை அங்கேயே அமர்ந்திருந்துவிட்டு பின்னர் அங்கிருந்து கிளம்பிச்சென்றனர்.

மறுநாள் காலை திரும்பவும் அங்கேயே வந்து காகிதத்தை கையில் பிடித்துக்கொண்டு அமர்ந்திருந்தனர் ஆறுமுகமும் கமலமும்.

இன்றும் அதே நடைப்பயிற்சி மனிதர் இவர்கள் அருகில் வந்து சிறிது நேரம் நின்றிருந்து விட்டுச்சென்றார். இவர்களிடம் அவர் ஏதும் கேட்கவில்லை.

மேலும் 2 நாட்கள் இப்படியாகவே சென்றது.

இரவு நடைபாதையில் படுத்துக்கொண்டு கமலமும் ஆறுமுகமும் பேசிக்கொண்டிருந்தனர்.

நாம் நான்கு நாட்களாக காந்தி சிலை அருகே இவ்வித வாசகத்தோடு அமர்ந்திருக்கிறோம் ஆனால் மக்கள் யாரும் நம்மைக் கண்டுகொள்ளவே இல்லை என்று மனம் வருந்தி ஆறுமுகம் கமலத்திடம் கூறினார்.

மேலும், நாம் இன்றோடு இச்செயலைத் தொடராமல் நிறுத்தி கொள்ளலாம் என்றும் இனியும் உள்ள காலத்தை வாழ்வதற்காக வேலை தேடலாமா என்றும் கேட்டார்.

அதற்குக் கமலம் ஏன் இவ்வாறு பேசறிங்க என்றும், நான்கு நாட்கள் தான் ஆகியுள்ளது அதற்குள் எப்படி நாம் நினைப்பது நடக்கும் என்றும் கேட்டார்.

"எந்த ஒரு செயலையும் வெற்றி கிடைக்கும் வரை விடாமல் தொடர்ந்து செய்தால்தான் நாம் நினைத்ததை அடையமுடியும் என்றும் இடையில் நிறுத்தினால் நாம் நினைத்ததை அடையமுடியாது"

என்றும் கணவரிடம் கூறினார்.

தொடர்ந்து செய்யலாமென்று சொல்றியா கமலம் என ஆறுமுகம் கேட்டார். ஆம் என்றார் கமலம்.

சரி நடப்பது நடக்கட்டும் போராடிப் பார்த்துவிடலாம் என்று கூறிய கணவரை மகிழ்வுடன் பார்த்துப் புன்னகைத்தார் கமலம்.

ஒரு செயலில் சிறு தோல்வியைக் கண்டு ஓடி ஒளிந்தவனுக்கு வெற்றி வெகு தூரம்

ஒரு செயலில் பெருந்தோல்வியைக் கண்டும் ஓடி ஒளியாமல் தொடர்பவனுக்கு வெற்றி வெகு சிக்கிரம்.

அத்தியாயம் 3

இரவு இருவரும் முடிவு செய்தபடி, அடுத்த நாள் காலை 6.30 மணியளவில் கடற்கரை காந்தி சிலை அருகில் வந்து வாசகம் எழுதப்பட்ட காகிதத்துடன் அமர்ந்துகொண்டனர்.

சிறிது நேரத்தில், இரண்டு நாட்களுக்கு முன் இவர்களை நின்று கவனித்துவிட்டுச் சென்ற நடைப்பயிற்சியாளர் வந்தார். கையோடு கொண்டு வந்திருந்த பையிலிருந்த ஒரு பதாகையை எடுத்தார். அதை அவர்கள் முன் நிற்கவைத்தார். பதாகை அடித்தளத்துடன் செய்யப்பட்டிருந்ததால் கையில் பிடித்துக்கொண்டிருக்க அவசியம் இல்லாமல் தரையில் நிற்க வைக்க முடிந்தது. அந்தப் பதாகையில்

தமிழக அரசே, பொதுமக்களே

எங்களின் பிள்ளைகளிடமிருந்து நியாயம்
பெற்றுத் தாருங்கள்

இவ்வேர்களின் கண்ணீர்த் துளிகளைத்
துடையுங்கள்

என்று எழுதப்பட்டிருந்தது. அந்த வாசகங்களைப் படித்ததும் ஆறுமுகம் மற்றும் கமலம் கண்களில் கண்ணீர் பெருகியது.

அவர்களின் கண்ணீர் நிற்கும் வரை சிறிது நேரம் அருகில் அமர்ந்திருந்தார். பின்னர், தன் பெயர் சுவாமிநாதன் என்றும், ஒரு மிதிவண்டி தயாரிக்கும் நிறுவனத்தை நடத்தி வருவதாகவும் கூறினார். நீங்கள் காகிதத்தில் பேனாவினால் எழுதி வைத்திருந்த வாசகங்கள் உங்களைக் கடந்து செல்பவர்களால் படிக்க முடியாதவாறு இருந்ததாலும், காகிதத்தை நீண்ட நேரம் உங்களால் கையில் பிடித்துக் கொண்டிருக்க முடியாது என்பதாலும்தான் இந்தப் பதாகையைச் செய்து எடுத்து வந்தேன் என்றார்.

அவர் கொடுத்த பதாகையை இலகுவாகப் பையில் வைத்து எடுத்துச் செல்லும் வகையில் மடிக்கும்படி செய்திருப்பதை அவர்களுக்கு விளக்கிக் கூறினார்.

ஆறுமுகமும் கமலமும் மகிழ்வுடன் அவருக்கு நன்றி கூறினர். சுவாமிநாதன் நாளை சந்திப்பதாகச் சொல்லிவிட்டுப் புறப்பட்டுச் சென்றார். ஆறுமுகமும் கமலமும் இந்நிகழ்வை தங்களுக்குக் கிடைத்த முதல் வெற்றியாக நினைத்து உள்ளம் மகிழ்ந்தனர்.

தங்கள் பிள்ளைகளைப் போல் அல்லாமல் மக்களில் இன்னும் இரக்க உணர்வு தழைத்துக் கொண்டிருக்கிறது என்பதை உணர்த்தும் வண்ணம் இருப்பதாக இருவரும் பேசிக்கொண்டனர்.

அவர்களுக்குள் ஒரு நம்பிக்கை துளிர்விட்டது

வழக்கம்போல் நடைபாதை கடைக்குச் சென்று காலை உணவைச் சாப்பிட்டுவிட்டு வந்தபோது தாங்கள் உட்கார்ந்திருந்த இடத்தில் ஒருவர் உட்கார்ந்திருப்பதைப் பார்த்தனர்.

இருவரும் தங்கள் இடத்திற்குச் சென்று அமர்ந்தனர். அவர் இவர்கள் இருவரையும் பார்த்து ஒரு சிறு புன்னகை புரிந்தார். இவர்களும் அவரைப் பார்த்துப் புன்னகைத்தனர்.

பின்னர், சிறிது நேரம் மூவரும் எதுவும் பேசாமல் அமைதியாக உட்கார்ந்திருந்தனர்.

அவர் ஏதும் பேசாமல் அமைதியாக உட்கார்ந்திருப்பதையும் முகத்தில் தெரியும் ஒருவிதக் கவலையையும், வாட்டத்தையும் பார்த்தவுடன் ஆறுமுகத்திற்கும் கமலத்திற்கும் அவரும் பிள்ளைகளால் பாதிக்கப்பட்டவர் என்பது புரிந்துவிட்டது. அதனால், அவரிடம் எதுவும் கேட்காமல் அமர்ந்திருந்தனர்.

சிறிது நேரத்தில், கமலம் அவரிடம் ஏதாவது சாப்பிடுகிறீர்களா என்று கேட்டார். அவர் பதில் சொல்லவில்லை. ஆறுமுகம் நடைபாதை கடைக்குச் சென்று காலை உணவை வாங்கி வந்து கொடுத்தார். வேண்டாம் என்று சொல்லாமல் அமைதியாக வாங்கிச்சாப்பிட்டார்.

சாப்பிட்டு முடித்தவுடன் தன் பெயர் கண்ணன் என்றார். ஆறுமுகமும் தங்கள் இருவரின் பெயரையும் கூறினார்.

கண்ணன் விவசாயக் கூலி வேலை செய்து கொண்டிருந்ததாகவும், மனைவி இறந்த காரணத்தினாலும்

வயது முதிர்வினாலும் ஒரே மகளின் வீட்டில் வாழ்ந்து வந்ததாகவும் கூறினார். மகளுக்குக் குழந்தைகள் பிறக்கவில்லை. 6 மாதங்களுக்கு முன் உடல் நிலை சரியில்லாமல் இறந்து விட்டாள். 5-6 நாட்களுக்கு முன் மருமகனின் பெற்றோர் பிள்ளைக்கு இரண்டாவது திருமணம் செய்து வைத்தனர். இதற்கு மேல் அங்கிருப்பது நன்றாக இருக்காது என்பதால் வீட்டைவிட்டு வந்துவிட்டதாகக் கூறினார். இப்பொழுது என்ன செய்வது என்றறியாமல் சென்னையில் அலைந்து கொண்டிருப்பதாகவும் கூறினார்.

பின்னர், மாலை வரை அங்கேயே மூவரும் அமர்ந்திருந்தனர். இரவு கண்ணன் இவர்களிடம் விடைபெற்றுச் சென்றார். இவர்களும் தங்கள் இடம் நோக்கிப் புறப்பட்டுச் சென்றனர்.

அத்தியாயம் 4

அடுத்த நாள் காலை மீண்டும் ஆறுமுகமும் கமலமும் வழக்கமான இடத்தில் வந்து அமர்ந்து பதாகையைச் சுவாமிநாதன் கூறியபடி இணைத்து தங்கள் முன் வைத்தனர்.

வழக்கம்போல் நடைப்பயிற்சிக்கு வந்த சுவாமிநாதன் அவர்களிடம் சிறிதுநேரம் பேசிவிட்டுச் சென்றார்.

இன்று இவர்கள் சாப்பிடச் செல்வதற்கு முன்பே ஒரு நடைபாதை கடைக்காரர் இருவருக்கும் காலை உணவைக் கொண்டுவந்து கொடுத்துவிட்டுச் சென்றார்.

பத்து மணியளவில் இவர்கள் மர நிழலில் அமர்ந்திருந்தபோது முதல் நாள் இவர்களுக்குத் தங்கள் கடையில் மீதியிருந்த உணவைக் கொடுத்த பெண்மணி இன்றும் அவர்களுக்கு அது போலவே உணவைக் கொண்டுவந்து கொடுத்துச்சென்றார். அதேநேரத்தில் கண்ணனும் அங்கு வந்தார். அவ்வுணவைக் கண்ணனை சாப்பிட வைத்தனர்.

கமலம் அந்தக் கடைக்குச் சென்று, அவர்கள் வேண்டாம் என்று மறுத்தபோதும், அவர்களுக்குச் சிறுசிறு உதவிகளைச் செய்து கொடுத்தார்.

இவர்கள் மூன்று பேரையும் மற்றும் அவர்கள் அருகிலிருந்த பதாகையையும் கண்ட கடற்கரைக்கு வந்த ஐந்து இளைஞர்கள் அவர்களைப் படமும் காணொளியும் எடுத்தனர்.

அதுமட்டுமல்லாமல் அவர்களுடன் தற்படமும் எடுத்துக்கொண்டனர்.

அந்தப் பதாகையையும் தனியாக படம் எடுத்துக் கொண்டார்கள்.

அவர்களைப் பற்றி விசாரித்தார்கள். பின்னர், நாங்கள் உங்களைப் பற்றியும் நாங்கள் எடுத்த படத்தையும் காணொளியையும் யூடியூப், வாட்ஸ்அப், டிவிட்டர், பேஸ்புக்,

இன்ஸ்டாகிராம் போன்றவற்றில் பதிவிடலாமா என அனுமதி கேட்டனர்

கண்ணனுக்கு சமூகவலைத்தளங்களைப் பற்றியும், அவைகள் இன்று சமூகத்தில் ஏற்படுத்திவரும் விழிப்புணர்வு பற்றியும், மக்களிடையே சில செய்திகளை உடனுக்குடன் கொண்டு சேர்க்கக்கூடிய தன்மையையும், அது மெரினாவில் நடந்த ஜல்லிக்கட்டு போராட்டத்தில் ஏற்படுத்திய தாக்கத்தையும் அறிந்திருந்ததால், அவர் ஆறுமுகத்திடமும் கமலத்திடமும் இதன் மூலம் நமக்கும், நமது போராட்டத்திற்கும் நல்ல பயன் ஏற்படக்கூடிய வாய்ப்பு உள்ளது என்று எடுத்துக்கூறி அனுமதி வழங்கலாம் என்று கூறினார். அனைவரும் சரி என்று ஒப்புக்கொண்டனர்.

இளைஞர்கள், அந்த இடத்திலேயே இவர்கள் முன்பே தங்கள் சமூகவலைத்தளங்கள் அனைத்திலும் பதிவேற்றினர். அதில் இவர்களைப் பற்றியும் இவர்கள் எதற்காகப் போராட்டம் நடத்துகிறார்கள் என்பது பற்றியும் #வேர்களின் கண்ணீர் என்ற தலைப்பிட்டு அனுப்பினர்.

அத்தியாயம் 5

மறுநாள் காலை இவர்கள் அமர்ந்திருந்த இடத்திற்கு அருகில் ஒரு கார் வந்து நின்றது. அதிலிருந்து இறங்கி வந்த ஒருவர் தன் பெயர் முருகவேல் எனவும், தான் தங்களைப்பற்றிய காணொளியை ஒரு சமூகவலைத்தளத்தில் பார்த்ததாகவும் கூறினார், மேலும் தான் ஒரு முதியோர் இல்லம் நடத்தி வருவதாகவும், உங்களுக்கு ஏதாவது உதவி தேவைப்பட்டால் என்னிடம் கேட்கலாம் என்றும் கூறி தன் அறிமுக அட்டையைக் கொடுத்தார்.

ஆறுமுகம் அவரிடம் கண்ணனைப் பற்றிக் கூறி, உங்களுடைய முதியோர் இல்லத்தில் இவரைச் சேர்த்துக்கொள்ள முடியுமா என்று கேட்டார். முருகவேல் ஆறுமுகத்தின் தன்னலமற்ற மனம் கண்டு மகிழ்ந்தார். கண்ணனுடன் நான் உங்களையும் அழைத்துச் செல்ல விரும்புகிறேன் என்று கூறி நீங்களும் வாருங்கள் என்றழைத்தார். கமலமும் ஆறுமுகமும் அவருக்கு நன்றி கூறிவிட்டு, கண்ணனை மட்டும் அழைத்துச் செல்லக் கேட்டுக்கொண்டனர்.

முருகவேலும் அவர்களை ஏதோ ஓர் உணர்வு தடுக்கிறது என்பதைப் புரிந்து கொண்டு கண்ணனை மட்டும் அழைத்துச் செல்வதாக உறுதி கூறினார்.

கண்ணன் முருகவேலுக்கு நன்றி கூறிவிட்டு ஆறுமுகத்தின் கைகளைப் பிடித்துக்கொண்டு அமைதியாக அமர்ந்திருந்தார். கண்களில் கண்ணீர் வழிந்துகொண்டிருந்தது. சிறிது நேரம் பொறுத்து, முருகவேல் கண்ணனிடம் போகலாமா என்று கேட்டார். கண்ணனும் ஆறுமுகத்திடமும் கமலத்திடமும் நாளை வருவதாகக் கூறி விடைபெற்றுச் சென்றார்.

அடுத்த நாள் காலை முருகவேலும் கண்ணனும் தங்களுடன் நான்கு பேரை அழைத்து வந்தார்கள். அவர்களும் தங்களைப்போலவே பிள்ளைகளால் பாதிக்கப்பட்டவர்களாக இருக்கவேண்டும் என்பதை ஆறுமுகமும் கமலமும் உணர்ந்துகொண்டார்கள்.

முருகவேல் சிறிது நேரம் அவர்களுடன் அமர்ந்திருந்தார். அப்பொழுது நடைப்பயிற்சி முடித்துவிட்டு சுவாமிநாதன் வந்தார். அவரிடம் முருகவேலை அறிமுகப்படுத்தி அவர் செய்த உதவியை விவரித்தார் ஆறுமுகம். அதேபோல் சுவாமிநாதன் செய்து வரும் உதவிகளையும் கூறினார். சுவாமிநாதனும் முருகவேலும் அவர்களைப்பற்றி ஒருவருக்கொருவர் அறிமுகம் செய்துகொண்டனர். இருவரும் அறிமுக அட்டைகளை வாங்கிக்கொண்டனர். இரவு முருகவேலிடம் பேசுவதாகக் கூறிவிட்டு சுவாமிநாதன் புறப்பட்டுச்சென்றார். முருகவேலும் மாலை வருவதாகக் கூறிச்சென்றார்.

இளைஞர்களில் ஒருவரின் சமூகவலைத்தளப்பக்கத்தில் வெளியிடப்பட்டிருந்த செய்தியினை அவரின் நண்பரான தொலைக்காட்சி செய்தியாளர் ஒருவர் பார்த்துவிட்டு, இவர்களைப் பற்றிய செய்தி சேகரிக்கக் கடற்கரையில் இவர்கள் இருக்குமிடம் தேடி தன் குழுவுடன் வந்தார்.

அனைவரைப் பற்றியும் விசாரித்தார். அவர்களைக் காணொளியும் எடுத்தார். நாங்கள் உங்கள் அறப்போராட்டம் பற்றிய செய்தியினை எங்கள் தொலைக்காட்சி செய்திகளில் வெளியிடலாமா எனக்கேட்டு அனுமதி வாங்கிச் சென்றனர்

பின்னர், அவர்களைப் பற்றிய ஒரு செய்தித் தொகுப்பைத் தயாரித்து தொலைக்காட்சி செய்திகளில் வெளியிட வைத்தார்.

இதைக்கண்ட முதியோர் இல்லத்தில் இருந்த 5 - 6 முதியவர்கள் அடுத்த நாள் காலை கடற்கரைக்கு வந்து இவர்களுடன் அமர்ந்தனர். அது மட்டுமல்லாமல் வயதான பொதுமக்களில் சிலரும் இவர்களுக்கு ஆதரவு தெரிவித்து வந்து அமர்ந்தனர்

தொலைக்காட்சியில் வந்த இவர்களைப் பற்றிய செய்தி யூடியூபிலும் வெளியானது.

அடுத்த ஒரு வாரத்தில் சமூகவலைத்தளங்கள் மூலம் அவர்களைப் பற்றிய செய்திப் பரவ ஆரம்பித்ததால் 5-6 முதியோர்/ அனாதை இல்லங்களைச் சேர்ந்தவர்களும், பொதுமக்களில் வயதான 10 பேரும் வந்து அமர்ந்தனர். ஏறக்குறைய 30 பேர் தினமும் வர ஆரம்பித்தனர்.

நிறையப் பேர் அறப்போராட்டத்தில் கலந்துகொள்ள ஆரம்பித்ததால், கடற்கரைக்கு வரும் பொதுமக்களில் பலர்

போராட்டத்தைக் கவனிக்க ஆரம்பித்தது மட்டுமல்லாமல் சிறிது நேரம் அங்கேயே நின்று பார்க்கவும் ஆரம்பித்தனர்.

அறப்போராட்டத்திற்குத் தினமும் நிறையப் பேர் வந்து அமர்வதையும் மற்றும் பொதுமக்களில் பலர் நின்று பார்த்துச் செல்வதையும் கண்ட காவல்துறையினர் இந்தப் போராட்டம் நடத்துவதற்குப் அனுமதி வாங்கி உள்ளீர்களா என்று கேட்டனர். இல்லை என்றனர் ஆறுமுகமும் மற்றவர்களும். அப்படி எனில் நீங்கள் அனுமதி இல்லாமல் போராட்டத்தை நடத்த முடியாது என்று காவல்துறையினர் கூறினார்கள்.

இவ்வாறு காவல்துறையினர் கூறிக் கொண்டிருக்கையில் சுவாமிநாதனும் முருகவேலும் மற்றும் அவர்களுடன் 5-6 பேரும் வந்தனர். வந்தவர்களில் ஒருவர் வழக்கறிஞராக இருந்தார். அவர் காவல்துறை அதிகாரியிடம் காவல் ஆணையரிடம் வாங்கி வந்த அனுமதி கடிதத்தைக் காட்டினார். அதில், எவ்வித ஆரவாரமும் கூச்சலும் குழப்பமும் இல்லாமல் அமைதியான முறையில்தான் அறப்போராட்டம் நடத்த வேண்டும் என அனுமதி வழங்கப்பட்டுள்ளதை அறப்போராட்டத்தினரிடம் எடுத்துக்கூறினார். அனைவரும் ஏற்கனவே அவ்வாறுதான் செயல்பட்டுக் கொண்டிருக்கிறோம் எனக் காவல்துறையினரிடம் கூறினார்கள். பாதுகாப்பிற்காக 2 காவலர்கள் அங்கே நிறுத்தப்பட்டனர்.

குறிப்பு: இக்காலகட்டத்தில் மெரினா கடற்கரையில் எந்நிகழ்ச்சி நடப்பதற்கும் அனுமதி கொடுப்பதில்லை எனக் கூறப்படுகிறது. கதைக்காக அனுமதி பெற்றதாகக் கூறப்பட்டுள்ளது.

இவ்வறப்போராட்டத்தில் நிறையப் பேர் பங்கெடுக்க ஆரம்பித்ததால் காவல்துறையினர் அனுமதி கடிதம் கேட்டு நம்மிடம் வருவார்கள் என நினைத்ததால், அதைப்பெறுவதற்கான வேலைகளில் தானும் முருகவேலும் ஈடுபட்டதாகச் சுவாமிநாதன் கூறினார்.

முருகவேலின் நண்பரான வழக்கறிஞரின் துணையோடு எனது நண்பரான காவல் ஆணையரிடம் இவ்வறப்போராட்டத்தைப் பற்றி விளக்கிக் கூறினோம். இப்போராட்டத்தைப் பற்றிய தன்மையையும் எடுத்துக் கூறி அனுமதிபெற்று வந்துள்ளோம் என்று நடந்ததை அனைவருக்கும் சுவாமிநாதன் கூறினார்

அனைவரும் சுவாமிநாதனுக்கும், முருகவேலுக்கும் வழக்கறிஞருக்கும் நன்றி கூறினார்கள்.

வழக்கறிஞர் உங்களின் இந்த அறப்போராட்டத்திற்கு உறுதுணையாக இருப்பேன் என உறுதியளித்தார்.

அனைவருக்கும் தங்களுக்கு ஒரு நல்வழி கிடைக்கும் என்று நம்பிக்கை பிறந்தது.

ஆறுமுகத்திற்கும் கமலத்திற்கும் தாங்கள் ஆரம்பித்த இச்செயலில் ஏற்பட்டுள்ள முன்னேற்றத்தினைக் கண்டும் உணர்ந்தும் மகிழ்ந்தனர்.

பிறரின் தோல்வியைக் கண்டே அஞ்சுபவர்

வேள்விகள் பல செய்திடினும்

கற்றவர் துணைப்பெறினும்

வெற்றி வெகுதூரம் அவர்க்கு

அத்தியாயம் 6

யூடியூப் செய்திகளில் அறப்போராட்டம் பற்றி வந்த செய்தியில் ஆறுமுகத்தையும் கமலத்தையும் அவர்களின் இரண்டாவது பிள்ளை பார்க்க நேர்கிறது.

அவர் மலேசியாவில் இருக்கும் அண்ணனுக்கும் மற்றும் கோவையில் இருக்கும் தங்கைக்கும் அதைப் பகிர்கிறார். அவர்கள் அதைப் பார்த்துவிட்டு, மூவரும் மற்றும் அவர்களின் இணையர்களும் கூட்டுத்தொடர்பு அழைப்பில் இணைந்து பேசினார்கள்

தங்கள் பெற்றோர் செய்து கொண்டிருக்கும் செயலைக் குறித்து விவாதித்து மூவரும் கடுமையாக தங்கள் பெற்றோரைச் சாடினார்கள்.

தங்களை இழிவுபடுத்துவதற்காக இவ்வாறு தங்கள் அப்பா அம்மா செய்கிறார்கள் என்று அனைவரும் பேசிக்கொண்டனர். நாம் இதற்கு ஏதாவது செய்தாக வேண்டும் என்றும் பேசிக்கொண்டனர்

என்ன செய்வது என்று நன்றாகச் சிந்தித்துத் திரும்பவும் இரண்டு மூன்று நாட்கள் கழித்துப் பேசலாம் என்று முடிவு செய்தனர். இரண்டு மூன்று நாள் கழித்து, திரும்பவும் அனைவரும் பேசிக்கொண்ட போது, நம் பெற்றோர் மட்டுமல்லாமல் அவர்களைப்போன்ற மற்ற பெற்றோர்களும் போராட்டத்திற்கு வர ஆரம்பித்துள்ளனர். அதனால் இப்போராட்டம் எவ்வாறு செல்கிறது என்று பார்த்துவிட்டு அதன் பிறகு நாம் என்ன செய்யலாம் என்று சிந்தித்துச் செயல்படுவோம் என்று முடிவு செய்தனர்

அடுத்த இரண்டு மூன்று நாட்களில், இரண்டாவது பிள்ளையுடன் பள்ளியில் உடன்படித்த நண்பர் ஒருவர், யூடியூபில் போராட்டம் பற்றிய அந்தக் காணொளியைப் பார்த்துவிட்டு இரண்டாவது பிள்ளையிடம் வந்து அது பற்றி

விசாரித்தார். உங்கள் பெற்றோர் இவ்வாறு ஏன் செய்கிறார்கள்? நீங்கள் ஏதாவது செய்து அவர்களின் போராட்டத்தை நிறுத்த முயற்சி செய்யுங்கள் என்று அறிவுறுத்தி விட்டுச்சென்றார்.

அத்தியாயம் 7

தினமும் அறப்போராட்டத்தில் கலந்துகொள்பவர்களின் எண்ணிக்கை அதிகமாகிக் கொண்டே வந்தது. அனைவரும் அமைதியாக ஒருவரை ஒருவர் பார்த்துக்கொண்டு உட்கார்ந்திருப்பதை விட ஒவ்வொருவரும் தங்களின் தற்போதைய நிலைக்கு என்ன காரணம் என்பதைப்பற்றிப் பேசலாம் என்று முடிவெடுத்தனர். அதன்படி யார் முதலில் கூறுவது என்றபோது அனைவரும் ஆறுமுகத்திடமும் கமலத்திடமும் உங்களுக்கு இந்நிலைமை ஏன் ஏற்பட்டது என்றும் மற்றும் எவ்வாறு இந்த அறப்போராட்டம் ஆரம்பிக்கும் எண்ணம் உருவானது என்பது பற்றியும் கூற வற்புறுத்தினார்கள்.

இவர்களின் உரையாடலைக் கேட்டுக்கொண்டிருந்த ஒரு தொலைக்காட்சி நிருபர் ஒருவர், நீங்கள் சொல்லப்போகும் கதையைக் காணொளியாகப் பதிவு செய்து எங்கள் தொலைக்காட்சியில் வெளியிட்டால் மக்களிடையே நீங்கள் எதற்கு போராடுகிறீர்கள் என்பது பற்றிய விழிப்புணர்வு ஏற்படுவது மட்டுமல்லாமல் இவ்வறப்போராட்டத்திற்கு ஆதரவும் கிடைக்கும் என்று கூறி அனுமதி கேட்டார். அனைவரும் சரியென்றனர்.

ஆறுமுகம் தங்கள் கதையைக் கூற ஆரம்பித்தார்.

இங்கு நிறையப் பேருக்கு எங்களைப் பற்றித் தெரியாது அதனால் முதலில் எங்களை அறிமுகப்படுத்திக் கொள்கிறேன் என்று கூறி ஆரம்பித்தார்.

என் பெயர் ஆறுமுகம் 77 வயதாகிறது. இவங்க என் மனைவி கமலம் 74 வயதாகிறது.

நாங்கள் இருவரும் காஞ்சிபுரம் அருகில் உள்ள செய்யாரில் பிறந்தோம்.

இருவரின் பெற்றோரும் கைத்தறி நெசவுத் தொழிலாளிகள்.

நாங்கள் இருவரும் நன்றாகப் படித்தோம். ஆனாலும் குடும்ப வறுமையினால் ஐந்தாம் வகுப்பிற்கு மேல் படிக்க முடியவில்லை.

பள்ளியிலிருந்து நிறுத்தப்பட்ட பிறகு, நான் அப்பாவிற்கு உதவியாக தறித்தொழிலில் ஈடுபட ஆரம்பித்தேன். காலையில் 5 மணியளவில் எழுந்திருக்க வேண்டும். ஏனெனில், இத்தொழிலில் ஒரு பகுதி பாவு தோய்தல். இது காலை 5 மணியிலிருந்து - 8லிருந்து 9 மணி வரை நடைபெறக்கூடிய செயல். இது ஒரு குடும்பத்தைச் சேர்ந்த 2-3 பேரால் மட்டும் செய்யக்கூடியது அல்ல. 15 லிருந்து - 20 பேர் தேவையான செயல். அந்தந்த தெருவிலுள்ள 10 - 15 நெசவாளர்களின் குடும்ப உறுப்பினர்கள் (ஆண், பெண் மற்றும் 8-10 வயதிற்கு மேலான பிள்ளைகள்) உதவியுடன் இச்செயல் நடைபெறும். தினமும் இந்த 10 - 15 குடும்பத்தில் யாராவது ஒருவர் அல்லது இருவரின் பாவு தோய்தல் செயல் நடைபெறும்.

ஆகவே, இத்தொழிலில் ஈடுபட்டுள்ள அனைவருமே விடியற்காலை 5 மணியிலிருந்து வேலையை ஆரம்பித்து விடுவார்கள்.

இச்செயல் முடிந்த பிறகு அவரவர் தறிகளில் சென்று சேலை நெய்தல் வேலையை ஆரம்பித்து விடுவார்கள்.

இரவு 10 - 11 மணி வரை தறி நெய்வார்கள். பெரும்பாலும் ஆண்கள் தறி நெய்வார்கள். சில வீடுகளில் பெண்களும் தறி நெய்வார்கள்.

பொதுவாகப் பெண்கள் சேலை நெய்வதற்குத் தேவையான நூல் இழைத்தல், தார் சுற்றுதல் போன்றவற்றைச் செய்வார்கள். இவர்களுக்கும் இந்த வேலைகள் மற்றும் வீட்டு வேலைகள் என்று நாள் முழுவதும் வேலை இருந்து கொண்டேதான் இருக்கும்.

பள்ளிக்குச் செல்வதற்கு முன்பும் மற்றும் சென்று வந்த பிறகும் 8-10 வயதிற்கு மேலான சிறுவர் சிறுமியர் நூல் இழைத்தல், தார் சுற்றுதல் போன்ற வேலைகளைச் செய்வார்கள்.

இப்படிக் குடும்பத்தில் அனைவரும் உழைத்தால் ஒரு நாளைக்கு ஒரு சேலை முதல் இரண்டு சேலைகள் வரை நெய்யலாம். ஒரு சேலைக்கு வரக்கூடிய வருமானம் நெய்யக்கூடிய சேலை ரகத்தினைப் பொறுத்து அக்காலத்தில் 1-2 ரூபாயாக இருக்கும்.

தறி நெய்பவருக்கு உடல்நிலை சரியில்லாமல் போய்விட்டால், வீட்டிலுள்ள யாராவது ஒருவருக்குத் தறி நெய்யத் தெரிந்திருந்தால் வருமானம் உண்டு. இல்லையெனில், அவருக்கு உடல்நிலை சரியாகும் வரை வருமானம் இருக்காது.

தங்கள் வீட்டில் நல்லவை கெட்டவை நடந்தாலும் அல்லது உறவுகளின் வீட்டில் நல்லவை கெட்டவை நடைபெற்றாலும் அதற்கு உதவச் சென்று விட்டால் அப்பொழுதும் வருமானம் இருக்காது.

இப்படிப்பட்டதாகத்தான் அனைத்து நெசவாளர்களின் வாழ்வும் இருந்தது. நாங்களும் அப்படிப்பட்ட சூழலில்தான் வளர்ந்தோம்.

விழாக்காலங்களில் அப்பாவும் நானும் எங்கள் முதலாளியிடம் சேலைகளைக் கடனுக்கு வாங்கிக்கொண்டு பக்கத்துக் கிராமங்களுக்குச் சென்று விற்றுவிட்டு வருவோம். அதில் சிறிது அதிக வருமானம் வரும். சில சமயங்களில் வாடிக்கையாளர்கள் அடுத்த முறை வரும்போது பணம் தருவதாகக் கூறி சேலையைக் கடனுக்கு வாங்குவார்கள். பலர் மறவாமல் கொடுத்தாலும், சிலர் அடுத்த முறை தருவதாகக் கூறுவார்கள். சிலர் ஏமாற்றியும் விடுவார்கள்.

எனது 14வது வயதில் அப்பா எனக்கென தனியாக தறியை அமைத்துக் கொடுத்தார்.

கமலத்தின் பெற்றோர்களும் நெசவுத்தொழிலைத் தான் செய்து வந்தார்கள். எல்லா நெசவுத் தொழிலாளர்கள் வீட்டில் நடப்பது போன்றே கமலமும் அவர்கள் வீட்டில் தறி வேலைகளிலும் வீட்டு வேலைகளிலும் உதவி புரிந்து கொண்டிருந்தார்கள்.

இந்நிலையில், எனது 20வது வயதில் எனக்கும் கமலத்திற்கும் திருமணம் நடந்தது.

திருமணமான அடுத்த வருடம் பெரிய மகன் கோபாலும் அடுத்த இரண்டு வருடங்களில் இரண்டாவது மகன் நடராசனும் அடுத்த மூன்றாவது வருடம் மகள் தமிழரசியும் பிறந்தனர்

கோபாலை பள்ளியில் சேர்த்தோம். அவன் நன்றாகப் படித்தான். வகுப்பில் முதலாவது மாணவனாக வந்தான்

என்னுடைய அப்பா அம்மா அடுத்தடுத்து ஒருவருட இடைவெளிக்குள் இருவரும் இறந்தனர்.

நடராசனையும் பள்ளியில் சேர்த்தோம். தன் அண்ணனைப் போலவே வகுப்பில் முதல் மாணவனாக வந்தான்

பிள்ளைகள் நன்றாகப் படிப்பதால் அவர்கள் என்ன படிக்க விரும்புகிறார்களோ அதைப் படிக்கவைக்க வேண்டும் என முடிவெடுத்தோம். நாங்கள் படிக்க விரும்பியும் குடும்ப சூழ்நிலையால் படிக்கமுடியாமல் போனதுபோல், பிள்ளைகளுக்கு எப்பொழுதும் ஏற்படக்கூடாது என்றும் முடிவு செய்தோம்.

அதற்காக, என் அப்பா நெய்து கொண்டிருந்த தறிக்கு நெசவாளி ஒருவரை வேலைக்கு அமர்த்தினோம்.

வரும் வருமானத்தில் சிக்கனமாகச் செலவு செய்து பிள்ளைகள் படிப்பதற்காகச் சேமித்து வந்தோம்.

காலம் உருண்டோடியது மகள் தமிழரசியும் பள்ளியில் சேர்ந்தாள். அண்ணன்களை போலவே வகுப்பில் முதல் மாணவியாக வந்தாள்.

தமிழரசி மூன்றாம் வகுப்பு படிக்கும் போது கமலத்தின் அப்பாவும் ஐந்தாம் வகுப்பு படிக்கும் போது அம்மாவும் இறந்தனர்

மூன்று பிள்ளைகளும் படிப்பு நேரம் போக மீதி நேரங்களில் எங்களுக்கு உதவியாக தறி வேலைகளிலும் வீட்டு வேலைகளிலும் ஈடுபட்டார்கள்.

கோபால் +2 தேர்வில் 92% மதிப்பெண் வாங்கியதால் சென்னையில் பொறியியல் கல்லூரியில் மெக்கானிக்கல் இன்ஜினியரிங் படிப்பில் சேர்ந்தான்.

நடராசன் பள்ளி இறுதித் தேர்வில் 96% மதிப்பெண் வாங்கினான் அவனுக்கு சென்னையில் மருத்துவக் கல்லூரியில் மருத்துவருக்கான இடம் கிடைத்தது அதில் சேர்ந்து படித்தான்.

அடுத்து மகள் தமிழரசியும் 94% மதிப்பெண் பெற்று மருத்துவருக்குப் படிக்க செங்கல்பட்டு மருத்துவக் கல்லூரியில் சேர்ந்தாள்

கோபால் பொறியியல் படிப்பை முடித்துவிட்டு ஒரு தனியார் நிறுவனத்தில் வேலைக்குச் சேர்ந்தான். அங்குக் கிடைத்த அனுபவத்தினால் மலேசியாவில் வேலை கிடைத்ததும் அங்குச் சென்று விட்டான்.

நடராசனும் தமிழரசியும் படித்துக்கொண்டு இருந்ததால் செலவு அதிகமாக இருந்தது.

நாங்கள் தறித்தொழிலை விடாமல் செய்துகொண்டிருந்தோம். கால மாறுதலினால் கைத்தறி சேலைகள் விற்பனை குறைந்தது. அதனால், பலர் கைலி மற்றும் வேட்டி நெய்வதற்கு மாறினார்கள். சிலர் பட்டுச்சேலை நெய்வதற்கு மாறினார்கள்.

மக்கள் வாரத்தில் அல்லது மாதத்தில் ஒரு நாள் கைத்தறி ஆடைகளை அணிய வேண்டும் என்று, மக்களாகவோ அல்லது அரசாங்க ஆணையின் மூலமாகவோ உறுதி செய்து அதனை வாழ்வியல் முறையாக மாற்றிக்கொண்டால், நலிந்து வரும் எங்களைப்போன்ற கைத்தறி நெசவாளர்களின் வாழ்வைச் சரிசெய்ய முடியும். மக்களும் அரசும் இதனைச் செய்வார்களா?

நடராசன் மருத்துவப் படிப்பை முடித்து விட்டு சென்னையில் ஒரு மருத்துவமனையில் வேலைக்குச் சேர்ந்தான்

தமிழரசியும் மருத்துவப் படிப்பை முடித்து விட்டு கோயம்புத்தூரில் உள்ள மருத்துவமனையில் வேலையில் சேர்ந்தாள்

மூன்று பிள்ளைகளையும் அய்யன் திருவள்ளுவரின் வாக்குப்படி, எங்களால் முடிந்த அளவிற்கு, அவையத்து முந்தியிருக்கச் செய்ததை நினைத்து நாங்கள் மகிழ்ச்சி அடைந்தோம்.

ஆனால், அம்மகிழ்ச்சி எங்களுக்கு நீடிக்கக்கூடாது என்பது இறைவனின் அன்பாய் உள்ளது எனச் சிறிது நாட்களில் நடந்த ஒவ்வொரு நிகழ்விலிருந்தும் அறிய ஆரம்பித்தோம்.

தமிழரசி கோயம்புத்தூருக்கு ஏன் வேலைக்குச் சென்றாள் என்பது எங்களுக்குச் சிறிது நாளில் தெரிந்தது.

அவளும், அவள் கல்லூரியில் படித்த மூத்த வகுப்பு மாணவர் ஒருவரும் காதலித்துள்ளனர். அவன் கோயம்புத்தூரில் வேலை செய்வதால் தமிழரசியும் அங்கே வேலைக்குச் சேர்ந்துள்ளாள். பின்னர், அவனைத் திருமணம் செய்துக்கொண்டதாகக் கடிதம் மட்டும் அனுப்பினாள். ஏனோ அவளுக்கு எங்களிடம் சொல்லவேண்டும் என்று தோன்றவே இல்லை. நாங்கள் அவர்களை அங்குச் சென்று பார்க்கப்போனபோதும் எங்களிடம் சரியாக நடந்துகொள்ளவில்லை. பிறகுதான் தெரிந்தது அவள் நெசவாளியின் மகள் என்று தன்னை சொல்லிக்கொள்ள விரும்பவில்லை என்பது. அதற்குப் பிறகு நாங்களும் அவளைச் சென்று பார்க்கவில்லை. அவளும் எங்களுடன் பேசவில்லை.

மலேசியா சென்ற மகன் கோபாலுக்கு திருமணம் செய்து வைக்க நினைத்தோம். அவன் தன்னுடன் வேலை செய்யும் மலேசியப் பெண்ணை திருமணம் செய்து கொள்ளப்போவதாக அவளை செய்யாறுக்கு அழைத்து வந்து அறிமுகப்படுத்திவிட்டுக் கூட்டிச் சென்றுவிட்டான். பின்னர், அவளைத் திருமணம் செய்து கொண்டதாகப் புகைப்படம் ஒன்றை அனுப்பினான்.

அதுவரை மாதாமாதம் பணம் அனுப்பி வந்தவன், அதற்குப் பிறகு கொஞ்சம் கொஞ்சமாகக் குறைத்துக் கொண்டு எப்போதாவது ஒருமுறை அனுப்பினான்.

நடராசன் சென்னையில் தங்கி வேலைசெய்தான். விடுமுறை கிடைக்கும்போது செய்யார் வருவான்.

நடராசனின் திறமையால் அவனுக்கு நல்ல பெயர் கிடைத்தது. அவன் வேலை செய்து கொண்டிருந்த மருத்துவமனை உரிமையாளர் அவனைத் தன் செலவிலேயே எம்எஸ் படிக்கவைத்தார்.

நடராசன் எம்எஸ் படித்து முடித்தவுடன், தன் மகளுக்கு நடராசனைத் திருமணம் செய்து வைக்கப்போவதாக எங்களிடம் வந்து கூறினார். நடராசனுக்கும் அதில் விருப்பம் அதிகம் இருந்ததால் நாங்கள் தடையேதும் சொல்லவில்லை. கோயிலில் திருமணத்தை நடத்தி விட்டு சென்னையில் ஒரு பெரிய ஓட்டலில் திருமண வரவேற்பு நிகழ்வை வைத்திருந்தார்கள். எங்களின் முக்கிய உறவினர்களுடன் ஒரு வேனில் சென்று கலந்துகொண்டு விட்டு அன்றே திரும்பி வந்துவிட்டோம்.

திருமணத்திற்குப் பின்னர் இரண்டு மாதங்கள் கழித்து பிள்ளையும் மருமகளும் ஒருநாள் எங்களைப் பார்க்க வந்தனர். சிறிது நேரம் இருந்துவிட்டுக் கிளம்பிச் சென்றுவிட்டார்கள்.

அதற்குப் பிறகு, வருடத்திற்கு ஒருமுறை அல்லது இரண்டு வருடத்திற்கு ஒருமுறை எங்களை வந்து பார்த்துவிட்டு செல்வார்கள்.

ஒருநிலையில் கோபால் பணம் அனுப்புவதை நிறுத்தி விட்டான்.

நடராசனும் எங்களுக்குப் பணம் தேவைப்படுகிறதா இல்லையா என்பதைக் கேட்பதே இல்லை. செய்யாருக்கு வரும்பொழுது ஆயிரம் அல்லது இரண்டாயிரம் ரூபாய் கொடுத்துவிட்டுச் சென்றுவிடுவான். பேரப் பிள்ளையை ஒரு முறை கூட்டி வந்து காட்டிச்சென்றார்கள்.

இப்படியாகக் காலம் ஓடியது.

நாங்கள் தறித்தொழில் செய்வதை விடவில்லை. எங்களால் முடிந்தவரைச் செய்யலாமென செய்து வந்தோம்.

நாங்கள் நியாயவிலைக் கடைகளில் பொருட்களை வாங்குவதையும், அரசாங்கம் கொடுக்கும் இலவசங்கள், மானியங்கள், முதியோர் பணம் ஆகியவற்றையெல்லாம் வாங்குவதையும் நிறுத்தி விட்டோம்.

ஏன் என்று யாராவது கேட்டால் எங்கள் பிள்ளைகள் நன்றாகச் சம்பாதிக்கிறார்கள், அவர்களே எங்களைக் கவனித்துக் கொள்ளத் தயங்கும் போது அடுத்தவர்கள் கடினமாக இரவும் பகலும் உழைத்துச் சம்பாதிக்கும் பணத்திற்கு வருமானவரி கட்டியதில் அரசாங்கம் இவற்றையெல்லாம் கொடுக்கிறது அதை நாங்கள் ஏன் வாங்க வேண்டும் என்று கேட்போம்.

அரசு எந்த இலவசங்கள் மானியங்கள் கொடுத்தாலும், அரசு உத்தியோகத்தில் நல்ல சம்பளம் வாங்குபவர்கள் மற்றும் நிறையச் சம்பளம் வாங்கும் தனியார்த் துறையில் வேலை செய்பவர்களும்கூட வெட்கப்படாமல் உயர்ந்த உடையை அணிந்துகொண்டும் நன்றாக ஒப்பனை செய்துகொண்டு போய் வாங்கும் மனிதர்கள் வாழும் காலத்தில் நீங்கள் ஏன் இவ்வாறு கூறுகிறீர்கள் எனச் சிலர் கேட்பார்கள். அது அப்படி செய்பவர்களின் தவறு மட்டுமல்ல அரசாங்கத்தின் தவறும் என்று கூறுவோம்.

இது போன்ற எங்களின் பதில்களைச் சிலர் திமிர் என்றும் சிலர் பிழைக்கத் தெரியாதவர்கள் எனவும் கேலி செய்வார்கள்.

பிள்ளைகளிடமும் எங்களுக்கு மாதம் இவ்வளவு பணம் வேண்டும் என்று கேட்க மனமில்லை.

யாராவது எங்களை இந்த வயதிலும் சிரமப்பட்டு தறி நெய்கிறீர்களே உங்களுக்குத் தேவையான பணத்தைப் பிள்ளைகளிடம் உரிமையோடு கேட்டு வாங்க வேண்டியதுதானே என்றால், எங்களால் முடிகிறது தறி வேலை செய்கிறோம், உழைக்க முடியாத ஒரு காலம் வரும் போது பார்க்கலாம் என்று கூறுவோம்.

அப்படிப் பிள்ளைகளின் தயவில் வாழ வேண்டும் என்கிற காலமும் எங்கள் வாழ்வில் வந்தது.

எங்கள் இருவருக்கும் வயதான காரணத்தால், தறி வேலைகளில் ஈடுபடுவது சிறிது சிறிதாகக் குறைந்து ஒரு நிலையில் செய்யமுடியாமல் போனது. அப்போதும் பிள்ளைகள் யாரும் எங்களைப் பற்றி எந்தக் கவலையும் படவில்லை.

வேறு வழியில்லாமல் இரண்டாவது பிள்ளை நடராசனிடம் எங்களைப் பார்த்துக்கொள்ள முடியுமா என்று கேட்டோம். அதெல்லாம் முடியாது. நான் வேலைக்கு ஆள் வைத்து விடுகிறேன் நீங்கள் செய்யாரிலேயே இருங்கள் என்று கூறி மறுத்துவிட்டான்.

வேலைக்கு ஆள் வைத்த போது அவர்களுக்குச் சம்பளத்தைக் கொடுப்பதில் பிரச்சனை வந்தது. நான் மட்டும் ஏன் கொடுக்க வேண்டும் அண்ணனையும் தங்கையையும் கொடுக்கச் சொல்லுங்கள் என்றான். அவர்கள் எங்களிடம் பேசுவதே இல்லை, அதனால் எங்களால் கேட்க முடியாது என்று கூறினோம்.

நடராசன் அவர்கள் இருவருடன் இது பற்றிப் பேசினான், ஆனால் அவர்கள் தங்களால் தர முடியாது என்று கூறிவிட்டனர். ஆகவே, நடராசனும் என்னாலும் கொடுக்க முடியாது என்று கூறி விட்டான். அதனால் வேலைக்கு வந்தவர்களை நிறுத்த வேண்டிய சூழல் ஏற்பட்டது.

பணமும் இல்லாமல் வேலையும் செய்ய முடியாமல் சிரமப்பட ஆரம்பித்தோம். அதனால், நாங்கள் வாழ்ந்த வீட்டை விற்றுவிட்டு, ஒரு சிறிய வாடகை வீட்டில் வாழ ஆரம்பித்தோம். வீட்டை விற்றதில் வந்த பணத்தில் 5-6 வருடங்கள் ஓடியது. மீண்டும் ஏறக்குறைய பணம் இல்லாத நிலை உருவானது. என்ன செய்வது என்று தெரியவில்லை.

எங்கள் பிள்ளைகள் ஏன் இவ்வாறு இருக்கிறார்கள் என்பதை யோசித்துப் பார்த்தோம்.

பிள்ளைகள் பிறந்தது முதல் அவர்கள் நலனுக்காகவே நாள் முழுவதும் கடுமையாக உழைத்தோம். நாங்கள் எந்தவொரு நல்லதையும் அனுபவிக்கவில்லை. அவர்கள் விரும்பிய படிப்பினை எங்களது தகுதிக்கு மீறி செலவு செய்து படிக்க வைத்தோம்.

நிலம் கொடையாக அளித்த தண்ணீரையும் தாதுக்களையும் வேர்கள் உறிஞ்சி மரத்தை வளர்ப்பது போல், எங்களுக்குக் காலம் கொடையாக அளித்த ஒவ்வொரு நாளையும்

எங்கள் பெற்றவர்கள் கற்றுக்கொடுத்த தொழில் மூலமாகவும் எங்கள் உழைப்பின் மூலமும் பிள்ளைகளை வளர்த்தோம்.

ஆனாலும், வளர்ந்து பூத்துக் குலுங்கிக் காய்க்கும் மரம் தான் வளர காரணமான வேர்களுக்குத் திருப்பி எதுவும் தராதது போல் எங்கள் பிள்ளைகளும் அவர்கள் வளரக்காரணமான எங்களுக்கு ஏதும் செய்யத் தயாராக இல்லை என்பது புரிந்தாலும், எந்த நல்லவற்றையும் தங்கள் பிள்ளைக்குச் செய்யாத பல பெற்றோர்களை அவர்களின் பிள்ளைகள் நன்றாகக் கவனித்துக் கொள்ளும்போது எங்கள் பிள்ளைகள் ஏன் இப்படிக் குணமற்று இருக்கிறார்கள் என்பது எங்களுக்குப் புரியவேயில்லை.

நீண்ட நாட்கள் யோசித்ததில் சில காரணங்கள் எங்களுக்குள் தோன்ற ஆரம்பித்தன. அவை

- நாங்கள் அவர்களிடம் அன்பு செலுத்தக்கூட நேரமில்லாமல் உழைத்ததன் காரணத்தினால் அவர்கள் இப்பொழுது எங்கள் மீது அன்பில்லாமல் வாழ்வதற்கு ஒரு காரணமாக இருக்கலாம்

- முன்னோர்கள் சொல்வது போல், முற்பிறவியில் நாங்கள் செய்த பாவங்களின் விளைவாக இருக்கலாம்

- எங்கள் பிள்ளைகள் ஏழை நெசவாளியின் வீட்டில் பிறந்து வளர்ந்தவர்கள் என்பதை மறைப்பதற்கு இவ்வாறு செயல்படலாம்.

- பிள்ளைகள் தன்னலத்தை மட்டுமே பெரிதாக கொண்டதால் இருக்கலாம்.

- தங்கள் அண்ணனைப் பின்பற்றிப் பெற்றோருக்கு உதவுவது தங்கள் பொறுப்பல்ல என்று இளையவர்கள் நினைத்ததால் இருக்கலாம்.

- எங்கள் பிள்ளைகள் எவர்களிடம் நட்பும் உறவும் கொண்டு சேர்ந்தார்களோ அவர்களின் குணங்கள், சேர்தலின் வண்ணமாகும் நீரைப் போல், இவர்களுக்கும் வந்திருக்கலாம்.

மற்றவர்களைப்பற்றிக் குறைகூறுவதில் ஒரு பயனும் இல்லை. நாங்கள் பிள்ளைகளை வளர்த்த விதத்தில் எங்களால்

புரிந்து கொள்ளமுடியாத ஏதோ ஒரு குறை இருக்கிறது என்பதை உணர்ந்தோம். அந்தக்குறை,

அய்யனின் கூற்றுப்படி, பிள்ளைகளை எங்களால் முடிந்த அளவிற்கு அவையத்து முந்தியிருக்கச் செய்திருந்தாலும். அவர்களைப் பண்புடைமக்களாக வளர்க்கத் தவறியதாகத்தான் இருக்கும். அதற்கான தண்டனையை அனுபவிக்கிறோம் என்பதும் புரிந்தது.

மேற்கொண்டு எப்படி வாழ்வது என்று புரியாமல் தவித்தோம். சில நேரங்களில் இருவரும் தற்கொலை செய்துகொள்ளலாமா என்று கூட யோசித்திருக்கிறோம். ஆனால், தற்கொலை கோழைத்தனம் என்றுணர்ந்ததால், இனி அந்த எண்ணம் எங்களுக்குள் வரக்கூடாது என உறுதிகொண்டோம்.

செய்யாறில் தெரிந்தவர் ஒருவரின் பலசரக்கு கடையில் பொருட்களை எடைபோட்டு நெகிழிப் பைகளில் அடைத்து சீல் செய்யும் வேலையில் இருவரும் சேர்ந்தோம். அவ்வேலையிலிருந்து வந்த வருமானத்தை கொண்டு வீட்டு வாடகை மற்றும் சாப்பாடு செலவுகளையும் செய்து வந்தோம்.

பலசரக்கு கடையில் நாங்கள் வேலை செய்வதைப் பார்த்து சிலர் வருத்தப்பட்டாலும், பலர் நேராகவும் மறைமுகமாகவும் ஏளனம் செய்தனர். ஏளனம் செய்பவர்களுக்கு, அவர்கள் பிள்ளைகள் சரியாக படிக்கவுமில்லை மற்றும் நல்ல வேலைக்கும் செல்லவில்லை என்பதாலும், இந்த ஏழை நெசவாளி குடும்பம் பிள்ளைகளை இந்த அளவிற்கு உயர்த்தி விட்டார்களே என்றும் எங்களின் மீது ஒரு பொறாமை குணம் உண்டு என்பது நாங்கள் அறிந்ததே. இன்று பிள்ளைகள் எங்களை இந்நிலைக்கு ஆளாக்கிவிட்டதில் அவர்களுக்கு மகிழ்ச்சி. அதன் வெளிப்பாடே இந்த ஏளனங்கள்.

நிறைய மனிதர்களுக்கு இதுபோன்ற ஒரு மனப்பான்மை உள்ளது. ஆனால்.

* தங்கள் பிள்ளைகள் சரியாகப் படிக்கவில்லை என்பதைப் புரிந்துகொள்ளாமலும்

* நன்றாகப் படிப்பதற்கான நற்சூழலை பிள்ளைகளுக்கு தாங்கள் ஏற்படுத்தித் தரவில்லை என்பதை மறந்தும்

* பிள்ளைகள் நன்றாகப் படித்தாலும், மேலும் மேலும் படிக்க வைக்கத் தேவையான பணத்தை உழைத்துச்

சம்பாதிக்காமல் சோம்பேறித்தனமாகக் காலத்தை வீணடித்ததாலும் தான்

♦ சிலர் கடினமாக உழைத்து பிள்ளைகளை நல்லப்படிப்பு படிக்கவைக்க முயன்றாலும், பிள்ளைகளுக்கு படிப்பு சரியாக வரவில்லை என்பதாலும் தான்

இதுபோன்ற காரணங்களால்தான் தங்கள் பிள்ளைகளுக்கு நல்ல படிப்பும், நல்ல வேலையும், நல்ல சம்பளமும் கிடைக்கவில்லை என்பதை மறந்து, எங்களைப்போன்று அயராது உழைத்து பிள்ளைகளைப் படிக்கவைத்தவர்களைப் பார்த்துப் பொறாமைப்படுவதும், எங்களைப்போன்றவர்களைப் பிள்ளைகள் ஏமாற்றும்போது, ஆறுதல் கூறாவிட்டால்கூட பரவாயில்லை, ஆனால், மனிதத்தன்மையற்று ஏளனம் செய்வது என்ன நியாயம்?

இது போன்ற கேலிப்படுத்தப்படும் நிகழ்வுகளாலும், பிள்ளைகள் எங்களுக்குச் செய்த துரோகத்தை நினைத்தும் தினமும் வேதனை அடைவோம்.

பிள்ளைகளின் துரோகத்தை நினைக்க நினைக்க எங்களுக்கு எங்கள் மீதே கோபம் அதிகமாகியது. பிள்ளைகளிடம் இவ்வாறு ஏமாந்து ஊராரின் ஏளனத்துக்கு ஆளாகி நிற்கிறோமே என்ற வேதனை அதிகமானது. பிள்ளைகளுக்கு எவ்வாறேனும் புத்தி புகட்ட வேண்டும் என்று எனக்குத் தோன்றியது. அச்செயல் எங்களுக்கு மட்டுமல்லாமல் எங்களைப் போன்று பிள்ளைகளிடம் ஏற்கனவே ஏமாந்துள்ள பெற்றோர்களுக்கு மட்டுமல்லாமல் இனிவரும் காலங்களில் வயதாகி ஏமாற உள்ள பெற்றோர்களுக்கும் உதவும் வகையில் இருக்கவேண்டும் என்றும் கருதினேன்.

என்ன செய்வது என்பது குறித்து யோசித்தேன். ஒரு நாள் ஒரு எண்ணம் உருவாயிற்று.

மெரினாவில் ஜல்லிக்கட்டுக்காக நடந்த மாபெரும் வெற்றியடைந்த மக்கள் புரட்சி ஞாபகம் வந்தது. அது போல் ஒரு அறப்போராட்டத்தை ஆரம்பித்துப் பார்த்தால் நன்றாக இருக்கும் என நினைத்தேன். ஆனால், அப்போராட்டத்தின் முடிவில் ஏற்பட்ட கலவரங்களை நினைத்தும் கவலைப்பட்டேன். மேலும், மக்கள் அந்த அளவிற்கு ஆதரவு தருவார்களா எனச் சிறிது ஐயமும் ஏற்பட்டது. கமலத்திடம் அதைப்பற்றி விவரித்தேன். என்னுடைய ஐயத்தையும் கூறினேன்.

இது ஒரு நன்முயற்சியாக இருக்கும் என்றும் விளைவுகளைப் பற்றியும் முடிவைப் பற்றியும் ஆரம்பிக்கும் முன்னரே கவலைப்பட வேண்டாம் என்று கமலம் கூறினார்.

ஒரு செயலின் விளைவு அச்செயலைச் செய்து பார்க்கும்போது தான் தெரியும். ஒரு செயலின் விளைவு தவறாக இருந்தால் அதுபோல் எல்லாச் செயல்களின் விளைவும் தவறாக இருக்கும் என எண்ணுவது தவறு.

உலகில் பிறக்கும் அனைவரும் ஏதோவொரு நோக்கத்திற்காகவும் மற்றும் ஒரு செயலைச் செய்து முடிப்பதற்காகவும்தான் இறைவனால் படைக்கப்படுகிறார்கள். நாம் படைக்கப்பட்டதின் நோக்கம், நம்மைப்போல் பிள்ளைகளால் ஏமாற்றப்பட்டவர்களுக்கு மற்றும் ஏமாற்றப்படப் போகிறவர்களுக்கும் நன்மை அளிக்கக்கூடிய ஒரு செயலை நம் மூலம் நடைபெற வைக்கவேண்டும் என்பதாகக்கூட இருக்கலாம். ஆகவே நாம் இச்செயலைச் செய்து பார்க்கலாம் என்று உற்சாகத்துடனும் உறுதியுடனும் கமலம் என்னிடம் கூறினார்.

கமலத்தின் உற்சாகத்தினாலும் உறுதியினாலும் ஒரு புதிய நம்பிக்கை என்னிடமும் தோன்றியது.

அந்த முடிவு உறுதியானவுடன் கையில் இருந்த பணத்தையெல்லாம் வங்கிக் கணக்கில் சேர்த்தோம். வங்கியில் ஒரு debit cardக்கு அப்ளை செய்து வாங்கிக் கொண்டோம். அதை எவ்வாறு பயன்படுத்துவது என்பதைப் பலசரக்கு கடையில் எங்களோடு வேலையிலிருந்த இளைஞரின் உதவியுடன் கற்றுக் கொண்டோம்.

பின்னர், சென்னைக்கு வந்து இவ்வறப்போராட்டத்தை ஆரம்பித்தோம்.

இப்பொழுது உங்களைப் போன்றவர்களின் ஆதரவுடன் இவ்வறப்போராட்டம் தினமும் பெரிதாகி வருகிறது என்று கூறி முடித்தார்.

கமலத்தின் கண்களிலும், அங்கிருந்த பெண்கள் பலரின் கண்களிலும், சில ஆண்களின் கண்களிலும், கண்ணீர் வழிந்துகொண்டே இருந்தது. இதுபோன்ற நிகழ்வுகள்தான் தங்கள் வாழ்விலும் நடைபெற்றுள்ளன என்று அங்கிருந்த ஒவ்வொருவரின் மனதிலும் தோன்றியது. எனவே, தாங்களும்

இவ்வறப்போராட்டத்தில் தொடர்ந்து கலந்து கொண்டு செயல்பட முடிவு செய்தனர்.

தொலைக்காட்சிநிருபரும் ஒளிப்பதிவாளரும் அனைவருக்கும் ஆறுதல் கூறினர்.

இருவரும் தங்கள் பெற்றோரிடம் சில நேரங்களில் தாங்கள் நடந்து கொள்ளும் விதம் எண்ணி மனதிற்குள் வேதனைப்பட்டனர். இனி, அவ்வாறு நடந்துகொள்ளாமல் தங்களைக் கட்டுப்படுத்திக்கொள்ளவேண்டும் என்று தங்களுக்குள் உறுதி செய்து கொண்டனர்.

இந்நிகழ்ச்சி எங்கள் தொலைக்காட்சியில் என்று மற்றும் எந்த நேரத்தில் ஒளிபரப்பப்போகிறோம் என்பதை இரண்டு நாட்களில் வந்து கூறுவதாகச் சொல்லிவிட்டு அங்கிருந்து விடைபெற்றுச் சென்றனர்.

அத்தியாயம் 8

தொலைக்காட்சி நிருபரும் ஒளிப்பதிவாளரும் தாங்கள் ஒளிப்பதிவு செய்திருந்ததைத் தங்கள் தலைமை அதிகாரியிடம் காட்டி ஒளிபரப்ப அனுமதி கேட்டார்கள். தலைமை அதிகாரியும் ஒளிப்பதிவைப் பார்த்துவிட்டு நன்றாக இருக்கிறது. இது போன்று எல்லோர் கூறும் கதைகளையும் பதிவு செய்து தினமும் ஒரு குறிப்பிட்ட நேரத்தில் தொடராக வெளியிடுமாறு அறிவுறுத்தினார். அதன்படி அதற்கான ஏற்பாடுகள் செய்யப்பட்டன. மேலும் இந்நிகழ்ச்சி பற்றிய விளம்பரம் *வேர்களின் கண்ணீர்* என்று தலைப்பிடப்பட்டு அவர்கள் தொலைக்காட்சியில் அடிக்கடி ஒளிபரப்பப்பட்டன.

ஒளிபரப்பின் முதல் நாளில் இப்போராட்டத்தினைப் பற்றிய ஒரு அறிமுகம் வெளியானது. அதில் வயதானவர்கள் இவ்வறப்போராட்டத்தினை ஏன் நடத்துகிறார்கள் என்பது பற்றியும், பொதுவாகப் பிள்ளைகளால் பாதிக்கப்பட்டவர்களை பற்றிச் செய்தித்தாள்களில் வந்த செய்திகளையும் வெளியிட்டனர்.

அடுத்த நாள் வெளியாகப்போகும் ஆறுமுகம் கமலம் காணொளியின் சில காட்சிகளும் வெளியாகின.

அடுத்த நாள் தொடர் வெளியானது.

மக்களிடையே ஒரு தாக்கத்தை ஏற்படுத்தியது. தொடருக்கு மிகுந்த வரவேற்பு கிடைத்தது.

அடுத்த நாள் அறப்போராட்டத்தில் கலந்துக்கொள்ளப் புதிதாக ஐம்பது பேர் வந்தனர்.

அன்றும் ஒரு இணையர்கள் தங்களின் கதையைக் கூற ஆரம்பித்தனர்.

என் பெயர் திருமூர்த்தி 72 வயதாகிறது. இவங்க என் மனைவி அனிதா 68 வயதாகிறது.

நாங்கள் இருவரும் திருப்பெரும்புதூரைச் சேர்ந்தவர்கள். உதிரிப்பாகத் தயாரிப்பு நிறுவனம் ஒன்றை நடத்தி வந்தோம்.

எங்களுக்கு 2 ஆண் குழந்தைகள். முதல் பிள்ளை பொறியியல் பட்டப்படிப்பும் இரண்டாவது பிள்ளை எம்பிஏவும் படித்தனர். இருவரும் எங்கள் நிறுவனத்திலேயே வேலையில் சேர்ந்தனர். மூத்த பிள்ளை தயாரிப்புத் துறையிலும், இரண்டாவது பிள்ளை மார்க்கெட்டிங் மற்றும் நிர்வாகத் துறையிலும் பணிசெய்ய ஆரம்பித்தனர். அவர்கள் வரவிற்குப் பின் நிறுவனமும் வளர ஆரம்பித்தது.

பிள்ளைகள் இருவருக்கும் மூன்று வருட இடைவெளியில் திருமணம் செய்து வைத்தோம்.

சிறிது வருடங்கள் அனைத்தும் நன்றாகச் சென்று கொண்டிருந்தது.

எனக்கு 65 வயதானபோது, நிறுவனத்தை தாங்கள் கவனித்துக் கொள்வதாகக் கூறி என்னை ஓய்வு பெறச் சொல்லி இருவரும் வற்புறுத்தினர். நானும் பிள்ளைகளை நம்பி ஓய்வு பெற்றேன்.

சிறிது காலத்தில் நிறுவனத்தை அவர்கள் பெயரில் மாற்றிக்கொடுத்து விட்டேன். நிறுவன வளர்ச்சிக்கு வங்கியில் கடன் வாங்குவதற்குச் சொத்துக்கள் தங்கள் பெயரில் இருக்க வேண்டும் என்று கூறி தங்கள் பெயரில் மாற்றிக்கொண்டனர். அனிதா தன் பெயரில் இருந்த சொத்துக்களையும் பிள்ளைகள் பெயரில் மாற்றிக்கொடுத்துவிட்டார்.

பிள்ளைகள் மீதிருந்த நம்பிக்கையால் எங்கள் எதிர்காலத்துக்கென சில சொத்துக்களையாவது வைத்துக்கொள்ள வேண்டும் என்ற சிந்தனை துளியும் இல்லாமல் அனைத்தையும் அவர்கள் பெயரில் மாற்றியது எவ்வளவு பெரிய தவறென்று புரிய ஆரம்பித்தபோது எதுவும் செய்யமுடியாத நிலைக்கு வாழ்க்கை மாறிவிட்டது.

சொத்துக்கள் அனைத்தும் தங்களிடம் வந்த கொஞ்சக் காலத்தில் மருமகள்கள் எங்களை இழிவுபடுத்த ஆரம்பித்தனர். நாளாக நாளாக இழிவுசெய்வது அதிகமானது. சிறிது காலத்தில் பிள்ளைகளும் தங்கள் மனைவிகளோடு சேர்ந்து எங்களை இழிவுசெய்ய ஆரம்பித்தனர்,

ஒரு நிலையில் இதற்கு மேல் அவர்களோடு இருப்பது உகந்தது அல்ல என்று எண்ணி எங்களிடமிருந்த நகைகளை விற்று வந்த பணத்தில் சென்னை வந்து வாழ ஆரம்பித்தோம்.

வீட்டிற்கு அருகில் இருந்த ஒரு ஓட்டலில் மேற்பார்வையாளராக வேலை செய்ய ஆரம்பித்தேன்.

ஒருநாள் வீட்டிலிருந்து ஓட்டலுக்கு நடந்து சென்று கொண்டிருந்த போது, வேகமாக வந்த கார் ஒன்று, வழியில் இருந்த வேகத்தடுப்பானைக் கவனிக்காமல் அதில் அதே வேகத்தில் ஏறியதால் நிலை தடுமாறி என் மீது வந்து மோதியது. அதில் எனக்குப் பலத்த அடி. காரை ஓட்டி வந்தவர் மிகவும் வசதியானவராக இருந்ததால் தன் மீது வழக்கு போட வேண்டாம் என்று கூறி, அவரே மருத்துவமனை செலவுகளை ஏற்றுக் கொண்டதும் அல்லாமல் இழப்பீடாக நிறையப் பணமும் கொடுத்தார்.

உடல்நிலை சரியாவதற்கு 3 மாதங்கள் ஆகி விட்டது. அதனால், ஓட்டலில் வேறு ஒருவரை வேலைக்கு அமர்த்திவிட்டனர்.

அனிதா என்னை வேலைக்குச் செல்லவேண்டாம் வீட்டிலேயே இருங்கள் என்று வற்புறுத்தியதால் வேலைக்குச் செல்லவில்லை.

இச்சூழலில்தான், யூடியூபில் இவ்வறப்போராட்டத்தினை பார்த்து நானும் அனிதாவும் தினமும் வந்து கலந்து கொள்கிறோம் என்று கூறி முடித்தார்.

வசதியற்றவர்களின் பிள்ளைகள்தான் பெற்றோரின் உழைப்பில் வளர்ந்து பின்னர், பெற்றோருக்குத் துரோகம் இழைப்பார்கள் என்று எண்ணினோம். ஆனால், உங்கள் வாழ்க்கையில் உங்களின் சொத்துக்களை ஏமாற்றி வாங்கிக்கொண்டு துரோகம் இழைத்திருப்பதை நினைக்கும்போது பிள்ளைகள் ஏன் இவ்வாறு இருக்கிறார்கள் என்பது ஒரு பெரிய கேள்விக்குறியாக உள்ளது என அனைவரும் அவருக்கு ஆறுதல் கூறினர்.

திருமூர்த்தி அனிதா இணையரின் வாழ்க்கை கதையும் காணொளியாக ஒளிப்பதிவு செய்தனர் நிருபரும் ஒளிப்பதிவாளரும்.

கடற்கரைக்கு வரும் பொதுமக்களில் பலரும், இவர்களின் வாழ்க்கைக் கதையை நின்று கேட்க ஆரம்பித்தனர். இம்மக்களில் பலர், இவர்களுக்கு ஆறுதல் கூறியும் சென்றனர்.

அத்தியாயம் 9

தொலைக்காட்சியில் ஒளிபரப்பான ஆறுமுகம், கமலம் மற்றும் திருமூர்த்தி அனிதா கதைகளைப் பார்த்த முருகவேல் தன் வாழ்வில் நடந்த நிகழ்வுகளை நினைத்துப் பார்த்தார்.

முருகவேல் சென்னையில் பிறந்து வளர்ந்தவர், அவர் மாநில அரசாங்க வேலையில் இருந்தார். ஒரு மகள் மட்டும் தான். மகள் அர்ச்சனா பிறந்த சில வருடங்களில் அவர் மனைவி புற்று நோயால் பாதிக்கப்பட்டு இறந்து விட்டார். மகள் பொறியியல் பட்டப்படிப்பு படித்து முடித்தவுடன், மேற்படிப்புக்காக அமெரிக்கா சென்றாள். மேற்படிப்பு முடிந்தவுடன் அங்கேயே மிகப்பெரிய நிறுவனத்தில் வேலை கிடைத்தது. மகள் நிறையச் சம்பாதித்தாள். அப்பாவிற்கும் நிறையப் பணம் அனுப்பினாள். முருகவேல் மிகவும் மகிழ்ச்சியாய் இருந்தார். ஒருமுறை மகளைப் பார்க்க அமெரிக்கா சென்று வந்தார். மகளுக்குத் திருமணம் செய்ய முடிவெடுத்து அதற்கான செயல்களைச் செய்ய ஆரம்பித்தார். ஆனால், விதி வேறு மாதிரி முடிவை வைத்திருந்தது.

அமெரிக்காவில் தீவிரவாத தாக்குதலுக்கு உட்பட்ட கட்டிடத்தில் மாட்டிக்கொண்டு அர்ச்சனா இறந்து போனாள். முருகவேல் உடைந்துபோனார். மகள் இறப்பிற்குப் பின் தனியான முருகவேல் இரண்டு மூன்று ஆண்டுகள் வீட்டிலேயே அடைந்துக்கிடந்தார். அவருடைய துயரத்திலிருந்து விடுபட ஏதாவது செய்ய வேண்டும் என்று அவருடைய வழக்கறிஞர் நண்பர் செந்தில் குமரன் யோசித்தார். முதியோர் இல்லம் ஆரம்பிப்பது நன்றாக இருக்கும் என்று தோன்றியதை முருகவேலிடம் கூறினார். மற்றவருக்கு உதவியதுபோலும் இருக்கும் உங்களுக்கும் தனிமைத் துன்பம் இருக்காது என்றும் கூறினார், முருகவேலும் சம்மதித்தார்.

நண்பரின் உதவியுடன் மகள் மூலம் வந்த பணம், வீட்டை விற்று வந்த பணம், மற்றும் சேமிப்பு ஆகியவற்றைக் கொண்டு முதியோர் இல்லத்தை ஆரம்பித்தார். இப்பொழுது அதில் 15 பேர் உள்ளனர். முருகவேலும் அவர்களுடன்தான் தங்கியுள்ளார்.

அங்கேயே தங்கியுள்ளதாலும் பேசுவதற்கு அவரின் வயதொத்தவர்களும் இருப்பதாலும் தன் கவலைகளிலிருந்து மாறுதல் அடையும் வாய்ப்பு அவருக்குக் கிடைத்தது.

ஒரு நாள், சமூகவலைத்தளத்தில் ஆறுமுகம் கமலம் அறப்போராட்டத்தின் காணொளியைப் பார்த்தார். காணொளியில் தெரிந்த பதாகையில் இருந்த வாசகங்களிலிருந்து பிள்ளைகளால் பாதிக்கப்பட்டவர்கள் என்பதைப் புரிந்து கொண்டார். அவர்களுக்கு ஏதாவது உதவிபுரியவேண்டும் என்று மனம் உணர்த்தியது. அதற்காகத்தான் ஒரு நாள் ஆறுமுகத்தையும் கமலத்தையும் தேடி கடற்கரைக்கு வந்தார். இந்நிகழ்வின்போதுதான், ஆறுமுகமும் கமலமும் கண்ணனை இவருடன் அனுப்பி வைத்தனர்.

தன் முதியோர் இல்லத்திலும் இவர்களைப்போன்று பிள்ளைகளால் பாதிக்கப்பட்டவர்கள் இருப்பதால் அவர்களையும் அழைத்து வந்து இவர்கள் போராட்டத்திற்குத் துணை புரியலாம் என்று முருகவேலுக்கு அன்று தோன்றியது. அதன்படி, அன்று இல்லத்திற்குச் சென்றபின், பிள்ளைகளால் பாதிக்கப்பட்டவர்களிடம் இந்தப்போராட்டம் பற்றிக் கூறினார். நாமும் கலந்து கொண்டு அவர்களுக்குத் துணை புரியலாமா என்று கேட்டார். அதற்கு ஒப்புக்கொண்ட சிலருடன்தான் முருகவேல் தினமும் அறப்போராட்டத்தில் கலந்து கொள்கிறார். வழக்கறிஞர் நண்பர் செந்தில் குமரனிடமும் இவ்வறப்போராட்டம் பற்றிக் கூறியிருந்தார்.

தினமும் சுவாமிநாதனுடன் கைப்பேசியில் பேசிக்கொள்வதாலும், கடற்கரையில் அடிக்கடி சந்திப்பதாலும், இருவருக்கும் பிறருக்கு உதவ வேண்டும் என்கிற நல்லுள்ளம் இருந்ததாலும் மிக விரைவில் இருவருக்கும் இடையே நட்பு வலுப்பெற்றது. இந்த நட்பும் மற்றும் உதவும் உள்ளமும் தான், அறப்போராட்டத்திற்குக் காவல்துறையிடமிருந்து அனுமதி வாங்கவேண்டும் என்று சுவாமிநாதன் கூறியபோது, தன் வழக்கறிஞர் நண்பர் செந்தில் குமரனைப் பற்றி முருகவேல் கூறினார். இவ்வாறுதான் மூவரும் சேர்ந்து அறப்போராட்டம் நடத்துவதற்கு அனுமதி வாங்கினர்.

அத்தியாயம் 10

கடற்கரைக்கு வரும் பொதுமக்கள் அறப்போராட்டம் நடக்கும் இடத்திற்கு வந்து பார்த்துவிட்டுச் செல்வதும் அதிகமாயிற்று.

ஒரு நாள் மாலை, தங்கள் பெற்றோருடன் கடற்கரைக்கு வந்த 12 மற்றும் 14 வயது இருக்கக்கூடிய இரு பிள்ளைகள், கூட்டமாகப் பலர் நிற்பதைப் பார்த்து, அங்கே சென்று பார்க்கலாம் வாருங்கள் எனக்கூறி தங்கள் பெற்றோரை அழைத்து வந்தனர்.

அங்கே வந்து, வயதானவர்கள் அமர்ந்துக் கொண்டிருந்ததையும், ஒருவர் அவருடைய வாழ்க்கைக் கதையை கூறிக்கொண்டிருந்ததையும் கண்டனர். அப்பொழுது, அங்கே அமர்ந்திருந்த ஒருவரைப்பார்த்து இரண்டு பிள்ளைகளும் தாத்தா என்றழைத்தனர். அனைவரும் திரும்பிப் பார்த்தனர். அந்தத் தாத்தாவும் இவர்களைப் பார்த்தார். பார்த்தவுடன், கூட்டத்திலிருந்து வெளியே வந்து வேகமாக நடக்க ஆரம்பித்தார். இரு பிள்ளைகளும் அவரை தாத்தா தாத்தா என அழைத்துக்கொண்டே அவர் பின் செல்ல முயற்சித்தனர். பிள்ளைகளின் பெற்றோர் அவர்களைத் தடுத்து வேறுப்பக்கமாக இழுத்துச்செல்ல முயன்றனர். ஆனால், பிள்ளைகள் இருவரும், இவர்களை உதறிவிட்டு தாத்தாவை நோக்கி ஓடி அவரை பிடித்து நிறுத்தினர். பெற்றோர்களும் அவர்களைப் பின் தொடர்ந்து ஓடி வந்தனர். பிள்ளைகளின் பெற்றோர் சிறிது தூரத்தில் நின்று கொண்டு பிள்ளைகளைத் திரும்ப வருமாறு அழைத்தனர்.

பேரப்பிள்ளைகள் இருவரும் தாத்தாவை வீட்டிற்கு வருமாறு அழைத்து அழுதனர். தாத்தா அவர்கள் இருவரையும் அணைத்துக்கொண்டார். சிறிது நேரம் அவ்வாறு இருந்தப்பிறகு பேரப்பிள்ளைகளை அப்பா அம்மாவுடன் வீட்டிற்குச் செல்லுமாறு அறிவுறுத்தினார். ஆனால், பேரப்பிள்ளைகள் அவர் வந்தால்தான் போவோம் என்றனர். தாத்தா, அவர்களிடம் வீட்டில் நடந்த நிகழ்வுகள் உங்களுக்கு நன்றாகத்தெரியும் அதனால் என்னை வற்புறுத்தவேண்டாம் என்று கேட்டுக்கொண்டார். பிள்ளைகளுக்கும் அவரின் நிலைமை புரிந்தது.

இப்பொழுது எங்கே தங்கியுள்ளீர்கள் எனக்கேட்டனர். அவர் தான் தங்கியிருக்கும் முதியோர் இல்லத்தின் பெயர் மற்றும் முகவரியைக் கூறினார். எப்பொழுதாவது நான் உங்களைப் பார்க்க விரும்பினால் கூப்பிடுகிறேன். உங்கள் பெற்றோர் அனுமதித்தால் வந்து பார்த்துச் செல்லுங்கள் என்று கூறி தன் கைப்பேசி எண்ணை அவர்களிடம் அளித்தார். அவர்களும் தங்கள் கைப்பேசி எண்களைக் கொடுத்தனர். நாங்கள் எங்கள் பெற்றோர் அனுமதிக்காவிட்டாலும் நிச்சயமாக அடிக்கடி வந்து பார்க்கிறோம் என்று கூறினர். சிறிது நேரம் தாத்தாவுடன் பேசியிருந்துவிட்டு தங்கள் பெற்றோருடன் கிளம்பிச்சென்றனர்.

அடுத்த நாள் காலை அவர் அறப்போராட்டத்திற்கு வந்தபோது அனைவரும் நேற்று என்ன நடந்தது என்பதையும் மற்றும் உங்கள் வாழ்வில் என்ன நடந்தது என்பதையும் கூறுமாறு கேட்டனர்.

என் வாழ்வில் நடந்தவை உங்கள் வாழ்க்கையில் நடந்தவைகள் போன்று பெரிய நிகழ்வில்லை. ஒரு சிறிய புரிதலின்மைதான் காரணம் என்று ஆரம்பித்து தன் வாழ்வில் நடந்த நிகழ்வைக் கூற ஆரம்பித்தார்.

நான் சென்னையில் ஒரு தனியார் நிறுவனத்தில் வேலை செய்து வந்தேன். எங்களுக்கு ஒரு பிள்ளைதான். எனது 52வது வயதின் போது, பிள்ளைக்குத் திருமணம் செய்து வைத்தேன். ஒரு வருடம் கழித்து முதல் பேரனும் அதற்கு இரண்டு வருடம் கழித்து இரண்டாவது பேரனும் பிறந்தனர். நாங்கள் அனைவரும் ஒன்றாகத்தான் வாழ்ந்து வந்தோம்.

பிள்ளையும் மருமகளும் வேலைக்குச் சென்று வீட்டிற்கு இரவு 8 மணிக்கு மேல்தான் வருவார்கள். என் மனைவி, காலையில் அனைவருக்கும் தேவையான உணவினைச் செய்து கொடுத்துவிடுவார்கள். பேரப்பிள்ளைகளைக் குளிக்கவைத்தல் மற்றும் காலை உணவை ஊட்டி பள்ளிக்கு அனுப்புவதற்குத் தயார் செய்து, பள்ளிப் பேருந்தில் அனுப்புவது என் வேலை. நான் வேலைக்குச் சென்று திரும்ப 6.30 மணியளவில் வீட்டிற்கு வந்துவிடுவேன்.

பேரப்பிள்ளைகளுக்கு எங்கள் மீது மிகுந்த அன்பு, பள்ளியில் நடக்கும் எல்லா நிகழ்வுகளையும் என்னிடம் கூறுவார்கள். அவர்களுக்குப் பாடங்களில் ஏற்படும் சந்தேகங்களையெல்லாம்

புரியவைப்பேன். அவர்கள் இருவரும் சிறு வயது முதலே எங்களுடன் தான் உறங்குவார்கள்.

58வது வயதில் நான் வேலையிலிருந்து ஓய்வு பெற்றேன்.

என் 63வது வயதில் என் மனைவி குளியலறையில் மயக்கமுற்று கீழே விழுந்தபோது பின் மண்டையில் பலத்த அடிப்பட்டதால் சிகிச்சைப் பலனின்றி ஒரு வாரத்தில் இறந்து விட்டார்.

இதனால், மருமகளுக்குக் காலையும் இரவும் வேலைகள் அதிகமாயின. அதனால், மருமகள் தன் பெற்றோரை எங்களுடன் வந்திருக்கச் சொல்லி வற்புறுத்தி அழைத்து வந்துவிட்டாள். சிறிது காலம் அனைத்தும் சரியாக நடந்து கொண்டிருந்தது.

பேரப்பிள்ளைகள் மருமகளின் பெற்றோரிடம் ஏனோ அவ்வளவு அன்பாகப் பழகவில்லை. அவர்கள், இவர்களைத் தங்களுடன் வந்து உறங்குமாறு அழைத்தாலும் செல்ல மறுத்தார்கள். நான் பேரப்பிள்ளைகளிடம் அவர்களிடம் அன்பாகவும் மற்றும் இரவில் அவர்களுடன் வாரத்தில் சில நாட்களாவது உறங்குமாறு அறிவுறுத்தினாலும் கேட்கவில்லை.

ஆனால், மருமகளின் பெற்றோர், பேரப்பிள்ளைகள் இவ்வாறு இருப்பதற்கு நான்தான் காரணம் என்று தங்கள் மகளிடம் அடிக்கடி குறைகூறி வந்தனர். மருமகள், ஆரம்பத்தில் அவர்கள் அவ்வாறு கூறும்போதெல்லாம் அவரிடம் பிள்ளைகள் சிறு வயதிலிருந்தே வளர்வதால் அப்படி இருக்கிறார்கள் என்று கூறி சமாதானம் செய்து வந்தாள்.

சிறிது காலத்தில், இப்பிரச்சனை பெரிதாக ஆரம்பித்தது. இனி எங்களால் இங்கே இருக்கமுடியாது என அவர்கள் அடிக்கடி கூற ஆரம்பித்தனர். இதனால், பிள்ளையும் மருமகளும் தங்கள் பிள்ளைகளை அவர்களிடம் அன்பாக இருக்கச்சொல்லித் திட்ட ஆரம்பித்து அடிக்கிற நிலைமைக்கு முற்றிவிட்டது. என்னிடமும், பிள்ளையும் மருமகளும் நான்தான் இவற்றுக்கெல்லாம் காரணம் எனச் சண்டையிட ஆரம்பித்தனர், என் அப்பா அம்மா இங்கிருந்து சென்றுவிட்டால் எங்களுக்கு வீட்டு வேலைகள் அதிகமாகி அலுவலக வேலைகளைச் சரியாகக் கவனிக்கமுடியாது எனவும் கூறிச் சண்டையிட ஆரம்பித்தனர்.

என் அப்பா அம்மா இங்கிருந்து சென்றுவிட்டால், நான் வேலையை விடவேண்டியிருக்கும். எங்கள் வேலையை நம்பி, வங்கியில் கடன் வாங்கிப் பெரிய வீடு வாங்கியுள்ளோம்.

நான் வேலைக்குச் செல்லாவிட்டால், மாதாமாதம் கடன் தவணையைக் கட்டமுடியாது எனக்கூறியும் என்னிடம் சண்டையிட ஆரம்பித்தனர்.

இதற்கு மேல் இவர்களுடன் இருப்பது நல்லதல்ல என்றெண்ணி ஒருநாள் வீட்டைவிட்டு வெளியேறி ஒரு முதியோர் இல்லத்தில் சேர்ந்துவிட்டேன். அறப்போராட்டத்தில் என்னைப் பார்த்த பேரப்பிள்ளைகள் தாத்தா என்றழைத்ததும் அவர்களிடம் என்ன சொல்வது என்று தெரியாமல்தான் இங்கிருந்து வேகமாகக் கிளம்பிச் சென்றேன்.

அதற்குப் பின்னர் நடந்தவற்றையும் விளக்கிக்கூறினார்.

நிறைய நாட்களாக பழகிய ஒன்றைப் பிள்ளைகளால் அவ்வளவு எளிதாக மாற்றிக்கொள்ளமுடியாது என்பதைப் புரிந்துகொள்ளாமல், என்மீது மட்டும் அதிக அன்பு காட்டுகிறார்களே என்னும் பொறாமையாலும், பேரப்பிள்ளைகள் தங்களிடம் அன்பு செலுத்த ஆரம்பிக்கும் வரை காத்திருக்காமல், உடனடியாக அது நடந்தாகவேண்டும் என்கிற பொறுமையின்மையாலும் நடந்த நிகழ்வுகளால்தான் எங்கள் வீட்டில் குழப்பங்கள் ஏற்பட்டன. பிள்ளையும், மருமகளும் அவர்களின் இயலாமையினால்தான் என்னிடம் சண்டையிடுகிறார்கள் எனும் என்னுடைய புரிதலின்மையால்தான், பேரப்பிள்ளைகளின் அன்பை எண்ணிப்பார்க்காமல் சகிப்புத்தன்மையின்றி வீட்டைவிட்டு வெளியேறிவிட்டேன்.

இவையனைத்தும் இப்பொழுது புரிந்தாலும், அவர்களுக்கு என்னால் சிரமம் ஏற்படக்கூடாது என்கிற காரணத்தைவிட என் தன்முனைப்புதான் பேரப்பிள்ளைகள் அழுது அழைத்தபோதும் வீட்டிற்குப் போகாமல் இருப்பதற்குப் பெரிய காரணமாய் உள்ளது எனக்கூறி முடித்தார்.

அத்தியாயம் 11

சுவாமிநாதன் இவ்வறப்போராட்டத்திற்குத் தினமும் வந்து உதவுவதைக் கண்ட தொலைக்காட்சி நிருபர் அவரிடம் நீங்கள் ஏன் இவர்களுக்கு உதவுகிறீர்கள் எனக் கேட்டார். வயதான காலத்தில் ஆறுமுகமும் கமலமும் போராடுவதை நடைப்பயிற்சி செய்ய வரும்போது பார்த்தேன். அவர்களுக்கு உதவ வேண்டும் என்று மனதில் தோன்றியதால் உதவிக்கொண்டிருக்கிறேன் என்று விளக்கினார்.

ஆனாலும், அவர் ஏன் உதவுகிறார் என்பதை அவர் மனது அறியும். கடற்கரையிலிருந்து வீட்டிற்குக் காரில் செல்லும்போது 40 ஆண்டுகளுக்கு முன் தன் வாழ்வில் நடந்த நிகழ்வை எண்ணிப்பார்த்துக்கொண்டே சென்றார்.

சுவாமிநாதனின் அப்பா ஆனந்தன் அவருடைய வளர்ப்புத்தந்தை ஆவார். ஆனந்தனின் 60 வது வயதில் அவருடைய மனைவி இறந்த சிறிது நாளில் பிள்ளைகளும் மருமகள்களும் அவருக்கென்றிருந்த வீட்டையும் வைத்திருந்த பணத்தையும் ஏமாற்றி வாங்கிக்கொண்டனர். சிறிது நாட்களில் பிள்ளைகள் அனைவரும் அவரை கவனித்துகொள்ள மறுத்து, தங்களுக்குள் அடிக்கடி சண்டையிட்டுக்கொண்டனர். இதனால் மனமுடைந்த ஆனந்தன் எவரிடமும் சொல்லாமல் வீட்டைவிட்டு வெளியேறி சென்னை வந்து விட்டார்

சென்னை வந்த அவர், அவருக்குத் தெரிந்த வேலையான மிதிவண்டி பழுதுநீக்கும் கடையில் வேலைக்குச் சேர்ந்தார். அங்கே 2 ஆண்டுகள் வேலை செய்தார். பின்னர், சொந்தமாக மிதிவண்டி பழுது நீக்கும் கடையை ஆரம்பித்தார்.

சிறப்பான சரிபார்த்தல் செயல்களால் சிறிது நாளில் கடைக்கு நிறைய வாடிக்கையாளர்கள் வர ஆரம்பித்தனர்.

ஒருநாள், 17-18 வயதான சிறுவன் அவரிடம் வந்து ஏதாவது வேலை கொடுக்க முடியுமா என்று கேட்டான்.

ஆனந்தன் அவனைப் பற்றி விசாரித்தார்.

தன் பெயர் சுவாமிநாதன் என்றும், தான் பள்ளி இறுதி வகுப்பு படித்துக்கொண்டிருந்தபோது அம்மா இறந்ததால், அப்பா இரண்டாவது திருமணம் செய்து கொண்டார். சித்திக்கும் எனக்கும் அடிக்கடி பிரச்சனைகள் ஏற்பட்டதால் வீட்டைவிட்டு வெளியே வந்துவிட்டதாகவும் கூறினான்.

இதனைக்கேட்ட ஆனந்தன் சுவாமிநாதனைத் தன்னுடனே தங்கிக்கொண்டு கடையில் வேலை செய்யுமாறு சொன்னார். அவனும் சரியென்று கூறினான்.

சுவாமிநாதன் வளர வளர அவர்கள் வாழ்வும் உயர ஆரம்பித்தது. மிதிவண்டி உதிரிப்பாகங்கள் கடை ஆரம்பித்தனர். பின்னர் மிதிவண்டி விநியோகிப்பாளராக ஆனார்கள்.

சுவாமிநாதனுக்கு இயற்கையாகவே அமைந்த வியாபாரத்திறன் வியாபாரத்தை நன்றாக வளர்க்க உதவியது. அதுமட்டுமல்லாமல் சுவாமிநாதனுக்கு மிதிவண்டி மேல் ஏற்பட்ட ஈர்ப்பினால் ஒரு புதிய வகை மிதிவண்டி ஒன்றை உருவாக்கினான். பின்னர், அதைச் சைக்கிள் தயாரிக்கும் நிறுவனம் ஒன்றுடன் பங்குதாரராகச் சேர்ந்து தயாரித்தான். மிதிவண்டி விற்பனையும் நன்றாக வளர்ந்தது.

நிறுவன பங்குதாரர் அவருடைய மகளைச் சுவாமிநாதனுக்குத் திருமணம் செய்து வைத்து மருமகனாக்கிக் கொண்டார்.

தன் வளர்ப்புத் தந்தை ஆனந்தனை நன்றி மறவாமல் தன்னுடன் வைத்துக் காத்து வந்தார். ஆனந்தன் தன்னுடைய 80வது வயதில் உடல் நலம் குன்றி இறந்தார்.

சுவாமிநாதனுக்கு 2 பிள்ளைகள். அவர்கள் இருவரும் நிறுவனத்தில் இவருக்கு உதவிக்கொண்டிருக்கின்றனர்.

தன் வளர்ப்புத் தந்தை அவருடைய பிள்ளைகளால் ஏமாற்றப்பட்டதால் அவருக்கு ஏற்பட்ட மன வருத்தங்களை அவருடனிருந்து பார்த்தும் அறிந்தும் உணர்ந்தும் இருந்ததால்தான், ஆறுமுகத்திற்கும் கமலத்திற்கும் உதவ வேண்டும் என்ற எண்ணம் உருவாகி உதவிக் கொண்டிருக்கிறார்.

அத்தியாயம் 12

மற்ற வேர்களின் வாழ்க்கை கதைகள்:

இவ்வறப்போராட்டத்தில் கலந்துகொள்பவர்களில் நிறையப் பேர் தங்கள் கதைகளைக் கூறினர்.

1. சிறுசிறு தவறுகளுக்கெல்லாம் சிறுவயதில் தங்களைத் தண்டித்த பெற்றோரை, அவர்கள் வருமானமற்றும் வயது முதிர்வடைந்தும் போன காலத்தில், பிள்ளைகள் அடித்துத் துரத்தியதால் அனாதையானவர்கள்.

2. மருமகள், மாமனார் மாமியாராகிய தங்களைக் கவனித்துக் கொள்ள முடியாது என அடிக்கடி சண்டையிட்டதால், பிள்ளைக்குச் சிரமம் வேண்டாம் என வீட்டை விட்டு வெளியேறி அனாதையானவர்கள்

3. காதல் திருமணத்திற்கு மறுப்பு தெரிவித்து வேறு ஒருவருக்கு மணம் செய்துவைத்த பெற்றோரை, அவர்களின் வயதான காலத்தில், கவனித்துக்கொள்ள முடியாது என்று மகள் கூறியதால் அனாதைகளாக சென்னை வந்தவர்கள்.

4. பெற்ற பிள்ளை சிறு வயதிலேயே இறந்துவிட்டதால், வயதான காலத்தில் வருமானம் ஏதும் இல்லாததாலும் உறவுகளாலும் உதவ இயலாததினாலும் அனாதையானவர்கள்.

5. பிள்ளைகள் இல்லாததாலும் வருமானம் இல்லாததாலும் அனாதையானவர்கள்.

6. உடன்பிறந்தவர்களால் ஏமாற்றப்பட்டதனால் கோவத்தில் அவர்களில் ஒருவரைக் கொலை செய்த குற்றத்திற்குச் சிறைக்குச் சென்றதால், மனைவியும் பிள்ளைகளும் தற்கொலை செய்துகொண்ட காரணத்தினால் அனாதையானவர்.

7. பெற்ற மகன் கொடிய நோயால் அவதிப்பட்டபோது அவனைக் காப்பாற்றத் தங்களிடமிருந்த பணம் மற்றும் சொத்துக்களை விற்று செலவழித்த போதும், அவன் இறந்தபிறகு, மருமகள் கவனித்துக்கொள்ள மறுத்தால் அனாதையானவர்கள்

8. நோய்வாய்ப்பட்ட பெற்றவர்களை, பிள்ளைகள் அனாதை என்று கூறி, அனாதை இல்லத்தில் சேர்க்கப்பட்டவர்கள்,

9. வெளிநாட்டிலிருக்கும் பிள்ளைகளால் முதியோர் இல்லத்தில் சேர்க்கப்பட்டவர்கள்.

10. பெற்றவர்களைக் கவனித்துக்கொள்ள நேரமின்மையால் பிள்ளைகளால் முதியோர் இல்லத்தில் சேர்க்கப்பட்டவர்கள்

11. கிராமத்தில் கடன் வாங்கி விட்டு அதனை அடைக்க முடியாமல் ஊரை விட்டு வந்தவர்கள்

12. செய்த தொழிலில் நட்டம் ஏற்பட்டதால் வேறு வேலை தேடி சென்னை வந்து நடைபாதையில் வாழ்பவர்கள்

13. குடிகார கணவனைப் பிள்ளைகளோடு சேர்ந்து மனைவியே வீட்டை விட்டு வெளியே அனுப்பியதால் அனாதையானவர்.

14. வயதான மாற்றுத்திறனாளி அப்பாவை அம்மாவைக் கவனித்துக்கொள்ளப் பிள்ளைக்கு மனமில்லாததால் வீட்டைவிட்டு வெளியேற்றப்பட்டு அனாதைகளானவர்கள்

15. விபத்தில் பிள்ளை மரணமடைந்ததால், கவனிக்க யாருமற்று அனாதையானவர்கள்

இப்படி ஒவ்வொருவரும் தாங்கள் எவ்வாறு தனியாக்கப்பட்டோம் என விவரித்தனர். இவையனைத்தும் காணொளியாக்கப்பட்டு தொடரில் ஒளிபரப்பப்பட்டன. தொடரும் மிகப்பெரிய அளவில் வெற்றிபெற்றது.

அறப்போராட்டத்தில் கலந்துகொள்பவர்களின் எண்ணிக்கையும் அதிகமாகிக்கொண்டே வந்தது. பெரும்பாலும் 60 வயதுக்கு மேற்பட்டவர்களே கலந்து கொண்டனர். ஒரு சில சமூக நல அமைப்புகளை சேர்ந்தவர்களும் கலந்துகொள்ள ஆரம்பித்தனர்.

ஜல்லிக்கட்டுக்குச் சேர்ந்த கூட்டம் போன்று இவ்வறப்போராட்டத்திற்கு மக்கள் ஆதரவு தரவில்லை

என்று போராட்டத்தில் கலந்துகொள்ள வந்திருந்த ஒருவர் இன்னொருவரிடம் கூறினார். அதற்கு அவர், ஜல்லிக்கட்டு இம்மண்ணின் பாரம்பரியத்தின் மீது விழுந்த அடியைப்போக்கவும், மேலும், அது மக்கள் அனைவரின் பொதுப்பிரச்சனையாகவும் இருந்ததால் ஒத்துழைப்பும் மிகப்பெரிய அளவில் உண்டானது. ஆனால், இப்போராட்டம் மக்களில் சிலருக்கான உரிமைப் போராட்டம் எனும் வகையில் எடுத்துக்கொள்ளப்படுகிறது.

அது மட்டுமல்லாமல் மக்களில் பலர் இதனைப் பிள்ளைகளுக்கு எதிரான போராட்டமாக கருதியும், மேலும், இப்போராட்டத்தில் கலந்து கொண்டால் பிள்ளைகளின் தயவு இல்லாமல் போகும் என்கிற பயத்தினாலும், தங்கள் ஆதரவைத் தரத் தயங்குகிறார்கள். இப்போராட்டம் வெற்றி பெற்றால் அவர்களுக்கும் நன்மை கிடைக்கும் என்பதை அறியும் போது நிறையப் பேர் கலந்து கொள்ள வாய்ப்பு உள்ளது என்றார். ஆம் என்று அருகிலிருந்த சிலர் ஆமோதித்தனர்.

அத்தியாயம் 13

அறப்போராட்டத்தில் தினமும் 150 பேர் கலந்துகொள்ள ஆரம்பித்தார்கள்.

பெரியவர்களின் இவ்வறப்போராட்டத்தைப்பற்றிச் செய்தித்தாள்களிலும் தொலைக்காட்சியிலும் கண்ட அனாதை இல்லத்தில் வாழும் சில சிறுவர்களும் கலந்துகொண்டனர். இவர்கள், பெற்றோரைச் சிறு வயதிலேயே இழந்து அனாதையானவர்கள், பெற்றோர் இருந்தும் அனாதையாக்கப்பட்ட அல்லது பெற்றோர் மறுமணம் செய்து கொண்டால் அனாதையாக்கப்பட்ட பிள்ளைகள். தங்களுக்கும் தங்கள் பெற்றோர்களிடம் இருந்து நியாயம் வேண்டுமென இவ்வறப்போராட்டத்தில் கலந்துகொள்ள ஆரம்பித்தனர். அவர்களும் ஒரு பதாகையை கொண்டு வந்து தங்கள் முன் வைத்துக்கொண்டனர். அதில்,

தமிழக அரசே, பொதுமக்களே

எங்களின் பெற்றவர்களிடமிருந்து நியாயம் பெற்றுத் தாருங்கள்.

யாருமற்ற அனாதைகளான எங்களுக்கும் நல்வழி காட்டுங்கள்.

நாளைய வேர்களின் கண்ணீர்த் துளிகளையும் துடையுங்கள்.

என்று எழுதப்பட்டிருந்தது.

இவர்களின் வாழ்க்கை கதையும் கேட்கப்பட்டு தொலைக்காட்சி தொடரில் வெளிவர ஆரம்பித்தது.

1. பெற்றோர் விபத்தில் இறந்துவிட, அவர்கள் பிள்ளையை உறவுகள் எவரும் கவனித்துக்கொள்ள மறுத்ததால் அனாதையானவர்கள்.

2. தாய் இறந்துவிட, அப்பா மறுமணம் செய்துகொண்ட சித்தி கொடுமையினால் வீட்டை விட்டு வெளியேறியவர்கள்.

3. தாய் தன் கள்ளக்காதலனுடன் வாழ, கணவனைக் கொன்றதால் சிறைக்குச் செல்கிறார். அதனால் அனாதையானவர்கள்.

4. தாயும் தந்தையும் மணமுறிவு செய்துகொண்டு இருவரும் சரிவரக் கவனித்துக்கொள்ளாததால், வீட்டைவிட்டு வெளியேறி அனாதையான பிள்ளைகள்.

5. அப்பா எதற்கெடுத்தாலும் அடித்துக் கொண்டிருந்தால் வீட்டை விட்டு வெளியேறியவர்.

6. திருமணமாகி பதினைந்து வருடம் ஆகியும் மன ஒற்றுமை வராததால் கணவன் மனைவி இருவருக்கும் எப்பொழுதும் எதற்கெடுத்தாலும் சண்டை சச்சரவு. இவர்களின் இந்தப்போராட்டத்தைத் தாக்குப்பிடிக்க முடியாமல் வீட்டைவிட்டு வெளியேறி அனாதையாக நிற்கும் பிள்ளை.

7. குடிகார கணவனின் கொடுமை தாங்காமல் கணவனைக் கொன்றுவிட்டு மனைவி சிறைக்குச் சென்றதால் அனாதையான பிள்ளைகள்.

8. கள்ளக்காதல் புரிந்த மனைவியைக் கொன்றுவிட்டு கணவன் சிறைக்குச் சென்றதால் அனாதையான பிள்ளைகள்.

9. படிப்பதற்குப் பிடிக்காமல் வீட்டைவிட்டு வெளியேறியதால் அனாதையானவர்கள்.

10. திருமணத்திற்கு முன் காதலின் விளைவால் பிறந்த குழந்தை குப்பைத்தொட்டியில் போடப்பட்டதால் அனாதை இல்லத்தில் சேர்க்கப்பட்டவர்கள்.

11. தன் கள்ளக்காதலுக்குத் தடையாக இருந்த மனைவியை கொன்றுவிட்டு தந்தை சிறைக்குச் சென்றதால் அனாதையான பிள்ளைகள்.

12. தன் மேல் சந்தேகப்படும் கணவனைப் பிரிந்த பெண், குழந்தைகளை அனாதை இல்லத்தில் விட்டுவிட்டு, தற்கொலை செய்து கொண்டதனால் அனாதையான பிள்ளைகள்.

13. அம்மாவின் இரண்டாவது கணவர் துன்புறுத்தலால் வீட்டைவிட்டு வெளியேறி அனாதையானவர்கள்.

14. இயற்கை பேரிடரிலும், பலவிதமான விபத்துகளிலும் தங்கள் பெற்றோர்களை இழந்து, கவனித்துக்கொள்ள யாரும் முன்வராததால் அனாதைகளான பல பிள்ளைகள்.

15. பெற்றவர்கள் எவர் என்பது தெரியாமலேயே அனாதைகளாக வாழ்பவர்கள்

இந்தப் பிள்ளைகள் கலந்துக்கொள்வதைத் தொலைக்காட்சி செய்திகளில் கண்ட அனாதை இல்ல நிர்வாகத்தினர் பலரும் தங்கள் அனாதை இல்லத்தில் தங்கியுள்ளவர்களுடன் வந்து கலந்துகொண்டனர்.

இதனால் ஆத்திரமடைந்த ஒரு அனாதை இல்லத்தைச் சேர்ந்த ஒருவர் அறப்போராட்டத்தில் கலந்துகொண்டு இந்தப் போராட்டத்தை ஆரம்பித்தவர்கள் ஆறுமுகமும் கமலமும் தான் என்பதைத் தெரிந்து கொண்டு அவர்களைத் தொடர்ந்து கண்காணித்து வந்தார். ஆறுமுகமும் கமலமும் இரவு எங்கே சென்று தங்குகிறார்கள் என்பதை உளவு பார்த்தார்.

ஒரு நாள் இரவு அந்த நபர், இரண்டு மூன்று பேருடன் வந்து, ஆறுமுகம் மற்றும் கமலத்திற்கு மயக்க மருந்து கொடுத்து காரில் கடத்திச் சென்றனர்.

காரை அடையாறு ஆற்றுப்பாலத்தின் மேல் நிறுத்தி இவர்கள் இருவரையும் கொலைச் செய்யப்பார்த்தனர்.

கமலத்தைத் தூக்கி பாலத்தின் கீழே போட முயற்சிக்கும் போது, அவ்வழியே வந்த காவல்துறையினர் விசிலடிக்கவும் அதைக் கேட்ட அவர்கள், கமலத்தையும் ஆறுமுகத்தையும் அப்படியே விட்டுவிட்டு ஓடினர். காவலர்கள் அவர்களைத் துரத்திச் சென்று பிடித்தனர். பின்னர், விசாரணை நீதிமன்றத்தில் ஒப்படைக்கப்பட்டு வழக்கு போடப்பட்டது.

மயக்கத்தில் இருந்த ஆறுமுகத்தையும் கமலத்தையும் மயக்கம் தெளிவித்து காவல்துறையினர் அவர்களுக்கு உதவி செய்தனர். பின்னர் அவர்கள் தங்கியிருந்த இடத்திற்குக் கொண்டுசென்று இறக்கி விட்டனர்.

இதுகுறித்த செய்தித் தொலைக்காட்சியிலும் பத்திரிக்கையிலும் வெளிவந்தன. இந்நிகழ்வுபொதுமக்களிடையே

மிகுந்த கோபத்தை ஏற்படுத்திப் போராட்டம் பெரிதானது. மற்ற ஊர்களிலும் பரவ ஆரம்பித்தது.

கைது செய்யப்பட்ட அந்த அனாதை இல்ல நிர்வாகியைக் காவல்துறையினர் தீவிரமாக விசாரித்ததில், அந்த அனாதை இல்லத்தில் நடக்கும் தீயசெயல்கள் வெளிவந்தன. இந்தப் போராட்டத்தின் மூலம் அனாதையாய் இருப்பவர்களுக்கு நல்வாழ்வு கிடைத்துவிட்டால் தாங்கள் செய்துவரும் கள்ளத்தொழிலான யாருமற்ற அனாதைகளைக் கொலை செய்து அவர்களின் உடலுறுப்புகளை மற்றவர்களுக்கு விற்பது பாதிப்படையும் என்பதால் இந்தப் போராட்டத்திற்கு மூலக்காரணமான இவர்களைக் கொலை செய்யத் திட்டமிட்டோம். அதுமட்டுமல்லாமல், இவர்களைக் கொலை செய்து விட்டால், மற்ற போராட்டக்காரர்களுக்குப் பயம் ஏற்பட்டு போராட்டத்தைக் கைவிட்டுவிடுவார்கள் என்பதாலும்தான் இவ்வாறு செய்ததாகக் கூறினார்.

அந்த அனாதை இல்ல நிர்வாகியும் அவருடன் சேர்ந்தவர்களும் சிறையில் அடைக்கப்பட்டனர். அந்த அனாதை இல்லத்தில் இருந்தவர்கள் மற்றொரு நல்ல அனாதை இல்லத்திற்கு மாற்றப்பட்டனர்.

இந்நிகழ்வும் ஊடகங்களில் மிகப்பெரிய அளவில் விவாதப் பொருளாக ஆனது.

அத்தியாயம் 14

ஒரு நாள் 3-4 பேர் போராட்டம் நடக்கும் இடத்திற்கு வந்து ஒரு முதியவரைப் போராட்டத்தில் கலந்துகொள்ளக்கூடாது என்று கூறி வீட்டுக்கு வரும்படி அழைத்தனர். ஆனால், அம்முதியவர் வர முடியாது என்று கூறினார். அம்முதியவர் ஒரு அனாதை இல்லத்தில் வாழ்ந்து வருபவர். பிள்ளையும் மருமகளும் தினமும் சண்டையிட்டதால் வீட்டைவிட்டு வெளியேறி அனாதை இல்லத்தில் சேர்ந்தவர். உறவினர்கள் வற்புறுத்தியதால் முதியவரைப் பிள்ளை தேட ஆரம்பித்தார். அவரை கண்டுபிடிக்க முடியவில்லை. தொலைக்காட்சியிலும் சமூகவலைத்தளங்களிலும் வெளியான காணொளியில். இப்போராட்டத்தில் அவர் கலந்துகொள்வதைக் கண்டு அவரை அழைத்துச்செல்ல வந்தனர்.

முதியவர் வர மறுத்ததால் அவருடைய பிள்ளையுடன் வந்திருந்த மூன்று நான்கு பேரும் சேர்ந்து அவரை தூக்கிச்செல்ல முற்பட்டனர். முதியவர் போகமறுப்பதையும் சிலர் தூக்கிச்செல்ல முயல்வதையும் கண்ட அங்கிருந்த அனைவரும் அவர்களைத் தடுத்தனர் இதில் ஏற்பட்ட. தள்ளுமுள்ளுவில் தூக்கப்பட்ட முதியவர் கீழே விழுந்து விட்டார். அந்த அதிர்ச்சியில் அவர் மயக்கமுற்றார்.

கலவரத்தைக் கண்ட அங்கிருந்த காவலர்களும் அருகிலிருந்த போக்குவரத்து காவலர்களும் கலவரத்தை அடக்கிவிட்டு முதியவருக்கு முதலுதவி செய்தனர். அப்போதும் அவருடைய மயக்கம் தெளியாததால், அவசர மருத்துவ ஊர்தியை வரவழைத்து மருத்துவமனைக்கு அழைத்துச் செல்லவும் ஏற்பாடு செய்தனர்.

அவசர மருத்துவ ஊர்தியில் வந்த மருத்துவ உதவியாளர் முதியவரை ஆய்வு செய்தபோது அவர் உயிர் பிரிந்திருப்பது தெரிந்தது. தூக்கிய உயரத்திலிருந்து கீழே விழுந்த அதிர்ச்சியில் மாரடைப்பு ஏற்பட்டிருக்கலாம் என்று கருதப்பட்டது. காவல்

துறையினர் முதியவரின் பிள்ளையையும் அவருடன் இருந்தவர்களையும் கைது செய்தனர்.

முதியவரை பொது மருத்துவமனைக்கு அழைத்துச்சென்று மருத்துவ ஆய்வுகளைச் செய்து உயிர் பிரிந்ததை உறுதி செய்தனர்.

போராட்டக்காரர்களுக்கு இந்நிகழ்வு பெரிய அதிர்வை ஏற்படுத்தியது இந்நிகழ்வு பற்றிய செய்தி எல்லாச் செய்தித்தாள்களிலும் தொலைக்காட்சி செய்திகளிலும் வெளியானது. இந்நிகழ்வால் அறப்போராட்டத்திற்குக் காவல்துறையினரின் பலத்த பாதுகாப்பு கொடுக்கப்பட்டது.

ஆறுமுகத்தையும் கமலத்தையும் கடத்திச்சென்று கொலைசெய்ய முற்பட்ட நிகழ்வும், முதியவர் இறப்பும் மக்களிடையே கொந்தளிப்பை ஏற்படுத்தியது. ஊடகங்களும் சமூகநல அமைப்புகளும் அரசாங்கம் இவர்களுக்குத் தேவையானதை உடனடியாகச் செய்யவேண்டும் என்று கோரிக்கை எழுப்பினர்.

இதனாலும் மக்களின் போராட்டம் மிகப்பெரிதாக ஆனதால், அரசு நீதியரசர் ஒருவரின் தலைமையின் கீழ் ஒரு ஆணையம் அமைத்து இம்மக்களுக்கு என்னதேவை என்பதையும், இவர்களைப் போல் மற்றவர்களும் பிள்ளைகளால் பாதிக்கப்படாமல் இருக்க எவ்வித நடவடிக்கைகளை மேற்கொள்ளலாம் என ஆய்வறிக்கை கொடுக்குமாறு கேட்டுக்கொண்டது. அதேபோல், பெற்றோர்களால் கைவிடப்பட்டு அனாதைகளான பிள்ளைகளுக்கும், இவர்களைப்போல் இனிவரும் காலங்களில் மற்ற குழந்தைகளுக்கு ஏற்படாத சூழல் உண்டாக என்ன செய்யவேண்டும் என்பதையும் ஆராய்ந்தறிந்து அறிக்கை ஒன்றைச் சமர்ப்பிக்குமாறும் கேட்டுக் கொண்டது.

போராட்டத்தில் பெரியவர் இறந்ததால் அரசாங்கம் இவர்களின் போராட்டத்திற்கு எந்தவித இடைஞ்சலும் செய்ய வேண்டாம் எனக் கட்டளையிட்டனர். அதுமட்டுமல்லாமல் அவர்கள் வழக்கிற்கு முழு ஆதரவு அளிப்பதாகவும் அறிவித்தது.

நீதியரசர் தன் விசாரணையை ஆரம்பித்தார்.

குடும்பத்தில் குழப்பம், பிரச்சனை, பிரிவுகளுக்குக் காரணங்கள் என்ன?

பெற்றோர்கள் எப்படி நடந்துகொள்கிறார்கள் - அவர்கள் எப்படி நடந்து கொண்டிருந்தால் பிரச்சனைகள் குறையலாம் எனவும்

பிள்ளைகள் எப்படி நடந்துகொள்கிறார்கள் - அவர்கள் எப்படி நடந்து கொண்டிருந்தால் பிரச்சனைகள் குறையலாம் எனவும்

முதியவர்கள்/பிள்ளைகள் ஏன் அனாதை ஆக்கப்படுகிறார்கள், இவர்களின் தேவைகள் விருப்பங்கள் என்ன?

பிள்ளைகளின் விருப்பங்கள்/எதிர்ப்புகள் என்ன?

பெற்றோர் செய்ய வேண்டியவை என்ன?

பிள்ளைகள் செய்ய வேண்டியவை என்ன?

சமூகம் செய்ய வேண்டியவை என்ன?

அரசாங்கம் செய்ய வேண்டியவை என்ன?

ஆகிய கருத்துக்களின் அடிப்படையில் விசாரணை நடத்தப்பட்டது

நீதியரசர் தன் விசாரணையை ஆறுமுகம் கமலம் இணையரிடமிருந்து விசாரிக்க ஆரம்பித்தார். அதேபோல் போராட்டத்தில் கலந்து கொண்டவர்களில் விசாரணைக்கு ஒப்புக்கொண்டவர்களிடம், அவர்கள் எதற்காகப் போராடுகிறார்கள் என்றும், மற்ற கருத்துக்களையும் மற்றும் அவர்களின் தேவைகள் என்ன என்பதையும் மேலும் எவ்விதமான பாதுகாப்பினை எதிர்பார்க்கிறீர்கள் என்பதையும் கேட்டறிந்தார்.

அதுபோல் ஆறுமுகம் கமலம் இணையரின் பிள்ளை நடராசனிடமும் விசாரித்தார். போராட்டத்தில் கலந்துகொண்ட

பலரின் பிள்ளைகளையும் ஆணையத்திற்கு வரவழைத்து அவர்கள் தரப்பு கருத்துக்களையும் கேட்டறிந்தார்.

அனாதையாக்கப்பட்ட பிள்ளைகளின் கருத்துக்களையும் மற்றும் அவர்களின் தேவைகள் என்ன என்பதையும் மேலும் எவ்விதமான பாதுகாப்பினை எதிர்பார்க்கிறீர்கள் என்பதையும் கேட்டறிந்தார்.

வேர்களின் கண்ணீர் என்று ஒரு வலைத்தளத்தை ஆரம்பித்து அதில் பொதுமக்களும், அறிஞர்களும், தங்கள் கருத்துக்கள் மற்றும் இந்தப் பிரச்சனைக்கான தீர்வுகள் பற்றிப் பதிவிடுமாறு சமூகவலைத்தளங்கள், பத்திரிக்கைகள், ஊடகங்கள் ஆகியவற்றில் அறிவிப்புகளாகவும் விளம்பரங்களாகவும் வெளியிட அரசுக்கு நீதியரசர் அறிவுறுத்தினார். அதன்படி அரசு எல்லாவற்றையும் செயல்படுத்தியது.

சமூகவலைதளங்கள், பத்திரிக்கைகள், விவாதங்கள், கருத்துக்கணிப்புகள் மூலம் நிறையக் கருத்துகள், தீர்வுகள் கூறப்பட்டன.

பலதரப்பட்ட மக்களாலும், அறிஞர்களாலும், ஊடகவியலாளர்களாலும் கூறப்பட்ட கருத்துகள், காரணங்கள் மற்றும் தீர்வுகளை ஆராயப் பதினைந்து உறுப்பினர்களைக் கொண்ட ஒரு அறிஞர் குழு ஒன்றை அமைக்க நீதியரசர் அரசைக் கேட்டுக்கொண்டார். அதன்படி அறிஞர் குழுவும் அமைக்கப்பட்டது.

இவை அனைத்தின் விவரங்களையும் ஆராய்ந்தறிந்து அறிஞர் குழு தங்கள் முடிவினை அடங்கிய தொகுப்பினை அறிக்கையாக நீதியரசரிடம் சமர்ப்பித்தனர்.

அந்த அறிக்கை மற்றும் நேரடி விசாரணையில் அறிந்த கருத்துகள் ஆகியவற்றையும் இணைத்து அறிஞர் குழுவுடன் விவாதங்கள் நடத்தினார் நீதியரசர்.

இந்த வழக்கு நடக்கும் சமயத்தில்,

முதியவர் ஒருவர், அவருடைய பிள்ளை அவரை வீட்டிலிருந்து துரத்தி விட்டதால், மதுரை மாவட்ட ஆட்சியர் அலுவலகம் முன் தீக்குளிக்க முயற்சித்தார்.

கோபிசெட்டிபாளையத்தில் கணவனை இழந்த தாய் ஒருவர் மருமகள் கொடுமையால் தற்கொலை செய்துகொண்டார்.

தருமபுரி பக்கத்தில் பிள்ளைகள் வீடு. நிலம் ஆகியவற்றைப் பறித்துக் கொண்டு தந்தையை விரட்டியடித்தனர்.

வளர்ப்புப்பிள்ளை சொத்துக்காக வளர்த்தத் தாயை மனநலம் குன்றியவர் எனப் பொய் சொல்லி மனநலக்காப்பகத்தில் சேர்த்தது கண்டுபிடிக்கப்பட்டு அவ்வளர்ப்புப் பிள்ளை சிறையில் அடைக்கப்பட்டது போன்ற நிகழ்வுகள் பத்திரிகைகளில் வெளிவந்தன.

இவைபோன்ற நிகழ்காலப் போராட்ட நிகழ்வுகள் பத்திரிக்கையிலும் காட்சி ஊடகங்களிலும் பெரிய அளவில் விமர்சிக்கப்பட்டன மற்றும் விவாதிக்கப்பட்டன

இதனால் ஆணைய செயல்பாட்டின் வேகம் அதிகரிக்கப்பட்டது.

அனைத்து விதமான வழிமுறைகளிலிருந்தும் அறியப்பட்ட அனைத்துக் கருத்துகளையும், விசாரணை முடிவுகளையும் அடங்கிய முழுமையான அறிக்கையும் அவரவர் தேவைகளுக்கும் பாதுகாப்புகளுக்குமான வழிமுறைகளைத் தீர்ப்பாகவும் எழுதப்பட்டு அரசிடம் அளிக்கப்பட்டது.

நீதியரசரின் தீர்ப்பினையும் அறிக்கையையும் ஏற்றுக்கொள்வதாக அரசு அறிவித்தது. எவையெல்லாம் சட்டமாக்கப்படவேண்டுமோ அவையனைத்தும் சட்டமாக்கப்பட்டன.

இயற்றப்பட்ட சட்டங்கள் அனைத்தும் உடனடியாகச் செயல்பாட்டிற்கு வருவதாக அரசாங்கம் அறிவித்தது. அதற்கான அனைத்து வழிமுறைகளும் ஏற்பாடு செய்யப்பட்டன.

தீர்ப்புகள், சட்டங்கள் அனைத்தும் அடங்கிய புத்தகம் பொதுமக்களுக்கு இலவசமாகக் கிடைக்கும் வகையில் அனைத்து அரசு அலுவலகங்களிலும் வைக்கப்பட்டன.

அத்தியாயம் 16

ஏன் இந்தப் போராட்டம் என்று பலர் கூறிய கருத்துகளின் தொகுப்பு:

பிள்ளைகள் பெற்றோரின் சொத்திற்காக உரிமையுடன் சண்டையிடும்/ உரிமைகோரும் போது, பெற்றோர் தங்கள் உழைப்பின் வருமானத்தினால் உயர்த்திய பிள்ளைகளின் வருமானத்தில் ஏன் உரிமை கோரக்கூடாது?

பெற்றோரின் (ஏழையோ அல்லது மிகப்பெரிய பணக்காரரோ) வருமானத்தின் பெரும்பகுதியை பிள்ளைகளுக்காகச் செலவிட்டு (இச்செயல் பெற்ற கடமையாகவோ அல்லது பிற்காலத்தில் பிள்ளைகள் காப்பாற்றுவார்கள் என்பதாலோ அல்லது தாங்கள் படும் துன்பங்களைத் தங்கள் பிள்ளைகள் படக்கூடாது என்ற கவலையினாலோ) பிள்ளைகளின் வாழ்வினை உயர்த்த முயற்சி செய்கிறார்கள். அதில், சிலரின் பிள்ளைகளின் வாழ்வு மிகப்பெரிய உயர்வை அடைகிறது. சிலரின் பிள்ளைகளின் வாழ்வு (பல காரணங்களால்) உயர்வடைவதில்லை. பலரின் வாழ்வு இவ்விரண்டுக்கும் இடைப்பட்ட நிலையில் அமைகிறது. பொதுவாகப் பிள்ளைகளின் வாழ்வை உயர்வடைய வைக்கவேண்டும் என்ற உயரிய எண்ணம் அனைத்துப் பெற்றோர்களிடமும்(ஒரு சில பெற்றோரைத் தவிர) இருக்கிறது. இவ்வாறு உயர்த்த வேண்டியது பெற்றவர்களின் கடமை என பிள்ளைகளால் கூறப்படுகிறது.

ஆனால், தங்கள் வாழ்வை உயர்த்திய (பெற்றோர் அவர்கள் இருந்த நிலையை விட) பெற்றவர்களைக் காப்பாற்ற வேண்டும் என்கிற எண்ணம் பிள்ளைகளிடம் (ஒரு சில பிள்ளைகளைத் தவிர) இருப்பதில்லை.

பெற்றதற்காக வளர்த்தோம், ஆனால் அவர்களை நல்ல படிப்பு படிக்க வைத்து உயர்த்தி இருக்கவேண்டிய அவசியம் இல்லை அல்லவா? பிள்ளைகளைப் படிக்க வைத்து உயர்த்தியதால் எங்களுக்கு அதிகப்படியான

செலவு. அதுவும் பெற்றோரின் கடமை என்றால், அதற்காக நாங்கள் எங்களின் உழைப்பினால் வந்த வருமானத்தைச் செலவழித்து இன்று ஏதுமற்று நிற்கின்ற எங்களுக்கு என்ன வழி?

எங்கள் உழைப்பையும் பணத்தையும் சொத்தையும் அனுபவித்து உயர்ந்தபின், பெற்றதினால் உங்கள் கடமையைத்தான் செய்தீர்கள் என்பது என்ன நியாயம்? எவ்வளவு வறுமை இருந்தபோதும் பிள்ளைகள் சிரமப்படக்கூடாது என்று தங்களை வருத்திக்கொண்டு உழைத்து அரைவயிறு கால்வயிறு உணவு சாப்பிட்டு இரவுபகலாக உழைத்து பிள்ளைகளை வளர்த்தப் பெற்றோர் உலகில் நிறையப் பேர் உண்டு.

ஆனால் பிற்காலத்தில் பிள்ளைகள் வளர்ந்த பின், அத்தகைய பெற்றவர்களைப் புறக்கணிக்கும் பிள்ளைகள் நிறையபேரும் இவ்வுலகில் உண்டு. இப்படி ஏமாற்றப்படும் பெற்றோருக்கு என்ன பாதுகாப்பு வழி உள்ளது? அந்தப் பாதுகாப்புக்கான வழி தேடித்தான் இந்த அரசாங்கத்தையும், இவ்வுயரிய நீதியரசரையும் நாடி வந்துள்ளோம்.

இந்தப் பாதுகாப்பு வழி தற்காலத்தில் எங்களைப் போன்ற வயதானவர்களுக்கு மட்டுமல்லாமல் பிற்காலத்தில் வஞ்சிக்கப்பட்ட பெற்றோராக மாறப்போகும் தற்காலப் பிள்ளைகளுக்கும் உதவக்கூடிய ஒரு வழியாக இருக்க வேண்டும்.

இதுவும் ஒரு விதத்தில் எங்கள் பிள்ளைகளின் எதிர்கால நலனுக்கான செயல்தான்.

இங்கு நடைபெறும் இவ்வழக்கு பெற்றோர்களான நாங்கள் எங்கள் பிள்ளைகளுக்குச் செய்யும் ஒரு பாதுகாப்பு என்று எங்கள் பிள்ளைகள் உணரவேண்டும்.

அத்தியாயம் 17

நிறையப் பிள்ளைகள் பெற்றவர்களைக் கவனித்துக் கொள்வதில்லை என்பதைக் காட்டும் இடங்கள்:

நாட்டில் பெற்றோரைக் கவனித்துக்கொள்ளாத பிள்ளைகள் எவ்வளவு பேர் உள்ளார்கள் என்பதை அனாதை இல்லங்களிலும், முதியோர் இல்லங்களிலும், பிச்சைக்காரர்களாகவும், நடைபாதை ஓரத்தில் தங்கியுள்ளவர்களையும் மற்றும் வயதான காலத்தில் தனியாக வீட்டில் வசிப்பவர்களையும் கணக்கெடுத்துப் பார்த்தால் பிள்ளைகள் தங்கள் பெற்றோரைக் கவனித்துக்கொள்வதில் காட்டும் தயக்கம் தெரியும்.

பிள்ளைகள் நல்ல நிலையிலிருந்தும், அனாதைகளாய் விதிகளிலும் அனாதை இல்லங்களிலும் இருப்பவர்களை விட, இளம், நடு மற்றும் வயது முதிர்ந்த கைம்பெண்களாகவும் யாருமற்று அவரவர் வீடுகளில் தனியாக வாழும் பெண்களும் நம் நாட்டில் அதிகம். அதேபோல் மனைவியை இழந்து தனியாக யாருமற்று வாழும் ஆண்களும் அதிகம்.

மனைவியை இழந்த 45 வயதிற்குள் இருக்கும் ஆண்கள், சிலரைத்தவிர, பெரும்பாலானவர்கள் மறுமணம் செய்து கொள்கிறார்கள். இதைச் சமூகம் ஏற்றுக்கொள்கிறது.

ஒரு சில பெண்கள்தான் சமூகத்தின் மூடத்தனத்தை எதிர்த்துத் துணிந்து மறுமணம் செய்துகொள்கிறார்கள். அவ்வாறு செய்யத் துணியாதவர்கள், அவர்களுக்குக் குழந்தைகள் இருந்தால், பிற்காலத்தில் தங்களுக்குப் பாதுகாப்பாக இருப்பார்கள் என எண்ணி, கடினமாக உழைத்து பிள்ளைகளை வளர்த்து ஆளாக்குகிறார்கள். ஆனால், அந்தப் பிள்ளைகளில் பலரும் தங்களை உயர்த்திய தாயைக் கவனித்துக்கொள்ள மறுப்பது தான் மிகப்பெரிய கொடுமை. இதுபோன்று, மறுமணம

செய்துகொள்ளாமல் தங்கள் பிள்ளைகளை வளர்த்து ஆளாக்கிய தந்தைகளுக்கும் ஏற்படுகிறது.

சில தாய்மார்கள் எவ்வாறேனும் பிள்ளைகளின் தவறுகளைப் பொறுத்துக்கொண்டு அனுசரித்து வாழ்கிறார்கள். ஆனால், பல தந்தைகளால் அனுசரித்துக் கொள்ள முடிவதில்லை. மானத்திற்குப் பயந்து வீட்டைவிட்டு வெளியேறவும் முடிவதில்லை. இவர்களின் நிலை பரிதாபத்திற்கு உள்ளாகிறது.

அத்தியாயம் 18

பிரச்சனைகளுக்கான காரணங்களாகக் கூறப்பட்டவை மற்றும் அறியப்பட்டவற்றின் தொகுப்பு:

1. அன்பும் ஈர்ப்புசக்தியும் பிள்ளைகளுக்கும் பெற்றோர்களுக்கும் இடையே குறைவாக இருப்பது

2. சிறு வயதில் பெற்றவர்கள் பிள்ளைகளிடம் அன்பாக நடந்து கொள்ளாதது

3. பிள்ளைகளுக்குத் தேவையான போது உதவாமல் தன்னலமாக இருந்தது.

4. ஒரு பிள்ளைக்குப் படிப்பு, வேலை வாங்கித் தருதல் போன்ற எல்லாவற்றையும் நன்றாகச் செய்தல். மற்ற பிள்ளைகளைக் கண்டுகொள்ளாமல் விடுதல்.

5. பெண் பிள்ளைகள் சார்பாக இருந்து அவர்களிடம் மட்டும் அன்பு செலுத்துதல்.

6. பிள்ளைகளின் இணையருடன் எப்பொழுதும் சண்டை சச்சரவு

7. பிள்ளைகளின் இணையரின் பேராசை.

8. பெற்றோர் அவர்களின் பெற்றோர்களிடம் இழிவாக நடந்து கொண்ட செயல்களின் பிரதிபலிப்பு

9. மனைவியின் சொற்களுக்குச் சம்மதிக்காவிட்டால் இணையர்களுக்குள் ஏற்படும் கருத்து மோதல்கள் சண்டைகள்

10. பிள்ளைகள் தனிமை வேண்டும் என்று நினைத்து அவர்கள் குடும்பத்தினருடன் தனிக்குடித்தனம் செல்ல விரும்புவது.

11. பிள்ளைகள் தங்கள் விருப்பப்படி வாழ நினைப்பதால், பெற்றோர் தங்களுடன் இருந்தால், தங்களின் ஒவ்வொரு செயலுக்கும் விளக்கம் கேட்டால் அதற்குப் பதில் தர வேண்டும் என்பதாலும். விளக்கம் கூறவில்லையெனில் அவர்கள் தங்களைத் தவறாக நினைப்பார்கள் என்ற உணர்வும்.

12. தாங்கள் வாழும் வாழ்வின் நிலை உயர்ந்தாலும் அல்லது தாழ்ந்தாலும் அல்லது வேறு எதுவாக இருந்தாலும் பெற்றோர் மூலம் உடன்பிறந்தவர்கள் மற்றும் உறவினர்களுக்குத் தெரிந்து விடும் என்கிற உணர்வு.

13. பெற்றோர் தங்களுடன் இருந்தால் அவர்களுக்குச் செலவாகும் என்ற நினைப்பு. மற்ற உடன்பிறந்தவர் செய்யட்டுமே என்கிற நினைப்பு அல்லது உண்மையிலேயே அந்தச் செலவினைச் செய்யக்கூடிய நிலைமையில் இல்லாதிருத்தல்.

14. பெற்றோர் மருமகளின் குறைகளைப் பெரிதாக்கி சண்டை செய்தல்

15. வெளியோரின் தூண்டுதலால் பெற்றோர் அல்லது பிள்ளை அல்லது மருமகள் சண்டையிட்டுக் கொண்டு பிரிதல்

16. பிள்ளைகளின் காதல் திருமணத்திற்கு எதிர்ப்பு தெரிவித்ததால், அவர்கள் கோபித்துக்கொண்டு பெற்றவர்களுடன் உறவை முறித்துக் கொள்ளுதல்

17. வெளிநாடுகளுக்குச் சென்ற பிள்ளைகள் அங்கேயே நிரந்தரமாகத் தங்கிப் பெற்றோரைக் கண்டுகொள்ளாமல் வாழ்தல்.

18. அளவுக்கு மீறி கடன் வாங்கிப் பிள்ளைகளை உயர்வடையச் செய்ததால் ஏற்பட்ட கடனை, பிள்ளைகள் அடைக்க மறுத்ததால், சொத்துக்களை விற்று கடனை அடைத்த அல்லது அடகு வைத்த சொத்துக்களை இழந்த பெற்றவர்களிடம் பணமின்மையால், பிள்ளைகள் அவர்களைக் கவனித்துக்கொள்ள மறுப்பது.

19. சிறு வயதிலேயே உறைவிடப் பள்ளிக்குப் படிக்க அனுப்பியதால் பெற்றோர் மீதான கோபத்தின் விளைவாக அன்பில்லாமல் உள்ள பிள்ளைகள்.

20. பணம் ஈட்டுவதற்காக அல்லது புகழுக்காக மட்டும் தங்களின் நேரத்தை எப்பொழுதும் செலவிட்டு பிள்ளைகளின் அன்பை இழந்த பெற்றவர்கள்.

சில பிள்ளைகள் பெற்றோரைத் தங்களுடன் வைத்துக்கொள்ளக் காரணமாக கூறப்பட்டவற்றின் தொகுப்பு

இன்று வயதான பெற்றோர்களை அன்பினால் தங்களோடு ஒன்றாக வைத்துக் கொண்டும் கவனித்துக் கொண்டும் வாழ எத்தனை பிள்ளைகள் தயாராக இருக்கிறார்கள் என்றால் அது மிகச் சிலரே என்பது அனைவருக்கும் தெரியும்.

வேறு சிலர் தங்களுடன் பெற்றோர்களை வைத்துக்கொள்கிறார்கள் என்றால் அது அவர்கள் மீதான அன்பினால் அல்லாமல் பெற்றோர்களின் சொத்துக்கள் மற்றும் பணம் ஆகியவற்றை அடைவதற்காக தங்களுடன் வைத்துக்கொள்கிறார்கள்.

மற்றும் சிலர், வயதான பெற்றோரைக் கவனித்துக்கொள்ளாவிட்டால் உறவினர்களும் நண்பர்களும் என்ன சொல்வார்களோ என்கிற அச்ச உணர்வினாலும் தங்களுடன் வைத்துக்கொள்கிறார்கள்.

சிலர் தங்கள் பிள்ளைகளைக் கவனித்துக்கொள்ளவும், பள்ளிக்கு அழைத்துச் செல்லவும், வீட்டுக்குக் காவலாகவும், வீட்டு வேலைகளைச் செய்வதற்கு உதவியாகவும் இருப்பார்கள் என்ற காரணத்தினாலும் உடன் வைத்துக்கொள்கிறார்கள்.

சில பிள்ளைகள் பெற்றோரை(உருவ அமைப்பு அல்லது பழகும் விதத்தின் தன்மை ஆகிய காரணங்களினால் இழிவு ஏற்படும் என்றெண்ணி) வீட்டில் எங்கோ ஒரு மூலையில் தங்க வைத்து யார் வந்தாலும் வெளியே வரக் கூடாது என்று கண்டிப்புடன் கூறி உடன் வைத்துக் கொள்கிறார்கள்.

அத்தியாயம் 19

பெற்றோர் தரப்பில் வைக்கப்பட்ட வாதங்களின் தொகுப்பு:

கடவுள் நம்மை விட அனைத்திலும் உயர்ந்தவராக இருப்பதால்தான் நம் தேவைகளை ஆசைகளை அவரிடம் கேட்கின்றோம். கடவுளை நம்மைவிடத் தாழ்ந்தவராக நாம் கருதினால் அவரிடம் கேட்கப்போவது ஒன்றுமில்லை.

பிள்ளைகள் சிறியவர்களாக இருந்தபோது பெற்றவர்களாகிய நாங்கள் பிள்ளைகளைவிட அனைத்திலும் உயர்ந்தவர்களாக இருந்ததாலும் மற்றும் அன்பினாலும் அவர்களுக்குத் தேவையானவற்றை அவர்கள் கேட்காமலேயே நிறைவேற்றினோம். அவர்கள் எங்களிடம், தம் தேவைகள் மற்றும் ஆசைகள் சிலவற்றைக் கேட்டார்கள். அதில் எங்களால் முடிந்த பலவற்றை அவர்களுக்குக் கிடைத்திட மற்றும் அவர்கள் அடைந்திடச் செய்தோம். சிலவற்றை நாங்கள் செய்யாமல் போனதற்குக் காரணம் ஒன்று அவர்கள் அதற்குத் தகுதியானவர்கள் இல்லை(மதிப்பெண் மிகவும் குறைவாகப் பெற்றுவிட்டு, மிக உயரிய படிப்புகளைப் பணம் கொடுத்துப் படிக்கவைக்கவேண்டும் என்பன போன்றவை) என்று கருதியிருக்கலாம் அல்லது எங்களுக்கு அதைச் செய்யத் தகுதி இல்லாமல் இருந்திருக்கலாம்.

இங்கே தகுதி என்பது பணமும் மனமும் ஆகும். இக்காரணங்கள் உண்மையா அல்லது பொய்யா என்பது அவ்வாறு செய்யாமல் போன சில பெற்றவர்கள் மனதிற்கு மட்டும் தான் தெரியும். பொய்யாக இருந்தால் அவர்கள் மனதே அவர்களை உறுத்தும்.

பிள்ளைகளின் தேவைகளைச் செய்து கொடுக்காததற்கு, எங்களுக்குச் செய்து தர வேண்டும் என்று மனம் இருந்தாலும், பணமின்மை தான் முக்கிய காரணமாக இருக்கும்.

தாங்கள் விரும்பியதைப் படிக்க விடாமல் தடுத்ததாக கூறுவதும், படிக்க விரும்பாதபோது படிக்க வற்புறுத்தியதாகக் கூறுவதும் இப்பொழுதெல்லாம் வாடிக்கையாகிவிட்டது. நாங்கள் அவ்வாறு செய்ததற்குப் பின்னணியிலிருந்த காரணங்களை அறிந்து கொள்ள விரும்பாமல் பிள்ளைகள் எங்களைப்பற்றிக் குறை கூறுகிறார்கள்.

பெற்றவர்களாகிய நாங்கள் அறிந்த வரையில் அல்லது எங்களைச் சுற்றி வாழும், உறவுகள், நண்பர்கள் மற்றும் தெரிந்தவர்களின் பிள்ளைகள் படித்த படிப்பும் அதனால் கிடைத்த வேலையின் மூலம் அவர்கள் வாழும் ஒரு பாதுகாப்பான மற்றும் இடரில்லா வாழ்வு, எங்கள் நிலையிலிருந்து பார்க்கும்போது, உயர்வானதாகத் தெரிவதால், அவர்களைப்போல் எங்கள் பிள்ளைகளை உயர்த்த நினைத்து, அவர்கள் படித்த படிப்பினைப் படிக்கச்சொல்வதில் என்ன தவறு இருக்கிறது? நாங்கள் உங்களுக்குப் பாதுகாப்பானதும் மற்றும் இடரற்றதுமான வாழ்வை அளிக்க விரும்புகிறோம்.

ஆனால், பாதுகாப்பைப்பற்றியும் இடரைப்பற்றியும் கவலைப்பட்டால் வாழ்வில் சிறக்க முடியாதென நீங்கள் நினைக்கிறீர்கள் மற்றும் நம்புகிறீர்கள் என்றால், எங்களின் கட்டுப்பாட்டில் நீங்கள் வாழப்போவது அதிகபட்சம் 25 வயது வரையில். நாங்கள் படிக்க வைத்ததின் மூலம் கிடைத்த வேலையிலிருந்துகொண்டே, ஓய்வு நேரங்களில் உங்களுக்குப் பிடித்த படிப்பினை அல்லது வேலையினைச் செய்து உங்கள் வாழ்வினை உங்களுக்குப் பிடித்த வகையில் முன்னேற்றிக் கொண்டு எங்களால் வந்த வேலையை விட்டுவிடலாம் அல்லவா? அதைவிடுத்து எங்களால்தான் உங்கள் வாழ்வு சிறக்கவில்லையென்று கூறுவது என்ன நியாயம்?

உங்களின் இயலாமை அல்லது சோம்பேறித்தனத்தால் இதைச் செய்யாமல் விட்டுவிட்டு பெற்றவர்களாகிய எங்களை குறை கூறுவது எந்த விதத்தில் நியாயம்?

இன்று பிள்ளைகள் பெற்றவர்களாகிய எங்களால் வளர்ந்து, பணம், உடல் வலிமை, மன வலிமை, நோயின்மை, அறிவாற்றல், வேலை செய்யும் திறன் ஆகியன போன்ற அனைத்திலும் உயர் நிலையில் இருக்கிறார்கள். பிள்ளைகளுடைய இந்த உயர்நிலைகளை விடப் பெற்றோராகிய நாங்கள், வயதான காலத்திலும், உயர் நிலையில் இருந்தால் பிள்ளைகளிடம் நாங்கள் எதையும் எதிர்பார்க்கப் போவதில்லை.

ஆனால், இயற்கையின் விதிப்படி, எங்களின் வயது அதிகம் ஆக ஆக நாங்கள் மேற்கூறிய நிலைகளில் ஒன்றிலோ, பலவற்றிலோ அல்லது அனைத்திலுமோ பிள்ளைகளைவிடத் தாழ்நிலை அடைகிறோம். அப்பொழுது எங்களுக்குப் பிள்ளைகள் உதவி தேவைப்படுகிறது. அவ்வுதவியை நாங்கள் கேட்பதற்கு முன்னரே பிள்ளைகள் அறிந்துணர்ந்து செய்தல் மிகவும் நல்ல செயல் அல்லது நாங்கள் கேட்ட பிறகாவது செய்தல் நல்ல செயல்.

ஆனால், கேட்ட பிறகும் செய்யாமல் இருப்பது எந்த விதத்தில் நியாயம்?

அவ்வுதவியைச் செய்யாததற்குக் காரணமாக, அந்த உதவியைச் செய்யக்கூடிய வசதியான நிலையில் இல்லை என்று பிள்ளைகள் பலர் கூறுகிறார்கள். மற்றொரு காரணமாக பெற்றவர்களாகிய எங்களுக்கு அவ்வுதவியைப் பெறத் தகுதியில்லை என நினைக்கிறார்கள். இக்காரணங்கள் உண்மையா அல்லது பொய்யா என்பது அப்பிள்ளைகள் மனதிற்கு மட்டும் தான் தெரியும். பொய்யாக இருந்தால் அவர்கள் மனதே அவர்களை உறுத்தும்.

பெற்றோர்களின் தேவைகளைச் செய்து கொடுக்காததற்கு, பிள்ளைகளிடம் அனைத்தும் உயர்நிலையில் இருந்தாலும், அவர்கள் மனம் தாழ்நிலையில் உள்ளதுதான் அதாவது மனமின்மைதான் பெரும்பாலும் முக்கிய காரணமாக இருக்கிறது.

மற்றவர் தம்மைப் பெருமைப்படுத்த வேண்டும் அல்லது பெருமையாகப் பேச வேண்டும் அல்லது பெருமையோடு பார்க்க வேண்டும் என்பதற்காக தங்களின் உழைப்பாலோ அல்லது பணம் செலவழித்தோ சமூகத்திற்கும் மற்றவருக்கும் எத்தனையோ செயல்களைப் பிள்ளைகள் செய்கிறார்கள். அதுபோன்று, இந்தப்பிள்ளை தன் வயதான பெற்றோரைச் சிறப்பாகக் கவனித்துக்கொண்டார் என மற்றவர் சிறப்புற பெருமை பேசுவதற்காக மட்டுமாவது பெற்றோருக்குத் தேவையான உதவிகளைச் செய்யலாம் அல்லவா?

அனைத்தையும் செய்யாவிட்டாலும் செய்ய முடிந்தவற்றையாவது செய்தல் நலம் அல்லவா?

விவசாயி தனக்கு வாழ்வளித்துக் கொண்டிருக்கும் நிலத்திற்கு உரமிடாமல் அல்லது நிலத்திற்குத்

தேவையான சத்துக்களை அளிக்காமல் திரும்பத் திரும்பப் பயிரிட்டு அறுவடை மட்டும் செய்து கொண்டிருந்தால் அந்த நிலம் சிறிது காலத்தில் பாழ்பட்டு தரிசாகி அந்த விவசாயிக்கு உதவாமல் போய்விடும். ஆனால், நிலத்திற்குத் தேவையானவற்றை எப்பொழுதும் செய்துகொண்டேவந்தால் அந்த நிலம் எப்பொழுதும் பலனளித்துக் கொண்டேயிருக்கும்.

அதுபோல்தான், தாங்கள் உயர உழைத்த பெற்றவர்களுக்குத் தேவையானவற்றைப் பிள்ளைகள் எப்பொழுதும் செய்துகொண்டிருந்தால், பெற்றவர்களாகிய நாங்கள் எங்களால் முடிந்தவரையில் எல்லா விதங்களிலும் உறுதுணையாக இருப்போம் என்பதைப் பிள்ளைகள் புரிந்துகொள்ளவேண்டும். அவ்வாறு பிள்ளைகள் ஏதும் செய்யாவிட்டாலும் பெற்றவர்களாகிய நாங்கள் என்றும் உறுதுணையாக இருக்கத்தான் விரும்புவோம் என்பதையும் பிள்ளைகள் புரிந்துகொள்ளவேண்டும்.''

தங்கள் பிள்ளைகள் உதவியின்றித் தவிக்கும் போது பெற்றவர்கள் பலர் அவர்களைத் தவிக்கவிடுவதேயில்லை என்பது உறுதி. ஆனால், பிள்ளைகளில் பலர், பெற்றோர் எவ்வித உதவியுமின்றி தவிக்கும் போதும் கவலைப்படுவதேயில்லை என்பதும் பேருண்மை.

உங்கள் சுகத்திற்காகவும் எதிர்காலப் பாதுகாப்பிற்காகவும் தானே எங்களைப் பெற்றீர்கள். எனவே, எங்களை வளர்க்க வேண்டியது உங்கள் கடமை தானே. பிள்ளைகளாகிய நாங்கள் விரும்பி உங்களிடமிருந்து பிறக்கவில்லையே என்கிற கேள்விகள் சரியானதுதான். ஆனால் நாங்கள் பிள்ளை பெறாமல் கூட இருந்திருக்கலாம். நம் முன்னோர்கள் அனைவரும் அவ்வாறு நினைத்திருந்தால் நாம் இந்த உலகத்தில் பிறந்து வளர்ந்து இருக்க முடியாது. அவர்களால் இவ்வுலகிற்கு வந்த பிள்ளைகள் மூலம்தான் உலகம் அறிவியல், மருத்துவம், பொருளாதாரம், சமூகம் ஆகிய போன்ற அனைத்திலும் இவ்வளவு சிறந்த மற்றும் உயர்ந்த நிலையை அடைந்துள்ளது.

பெற்றோர்கள் தங்கள் எதிர்கால நலனுக்காக மட்டும் பிள்ளைகளைப் பெற்றுக் கொள்ளவில்லை. தங்கள் பிள்ளைகளால் தங்கள் பரம்பரை வளர வேண்டும் என்பது மட்டுமல்லாமல், தங்களால் இவ்வுலகிற்கு உதவக்கூடிய செயல்கள் எதையும்

செய்ய முடியவில்லை, தம் பிள்ளைகளாவது இவ்வுலகை எதோ ஒருவிதத்தில் உன்னத நிலைக்கு உயர்த்த உதவவேண்டும் என்பதாலும் தான் பிள்ளைகள் பெறுகிறார்கள்.

மகாத்மா காந்தியை அவருடைய பெற்றோர்கள் பெற்றிருக்கவில்லையென்றால், நம் இந்திய நாட்டிற்கு அகிம்சை முறையில் சுதந்திரம் கிடைத்திருக்காதல்லவா? எத்தனையோ கண்டுபிடிப்புகளைக் கண்டுபிடித்த அறிவியலறிஞர்களை அவர்களுடைய பெற்றோர்கள் பெற்றிருக்கவில்லையென்றால், நம் உலகம் இவ்வளவு உயர்நிலையை அடைந்திருக்க முடியாதல்லவா?

இது போன்ற ஆசைகள் பெற்றோர் அனைவரின் ஆழ்மனதிலும் உள்ள ஓர் உணர்வு. இந்த உணர்வு இன்று எங்களை ஏன் பெற்றீர்கள் என கேட்கும் பிள்ளைகள் ஆழ்மனதிலும் உண்டு. வருங்காலத்தில் பிள்ளைகளைப் பெறப்போகும் அனைவர் ஆழ்மனதிலும் உருவாகும். இவ்வுண்மையைப் பிள்ளைகள் புரிந்துகொண்டால் அவர்கள் பெற்றவர்களாகிய எங்களிடம் நாங்களா உங்களைப் பெற்றுக்கொள்ளச் சொன்னோம் என்பன போன்ற கேள்விகளைக் கேட்கமாட்டார்கள்.

உலகில் பெற்றெடுக்கப்பட்ட எல்லா பிள்ளைகளும், உலகம் உன்னத நிலையை அடைய வழி ஏற்படுத்தாவிட்டாலும், ஒரு சில பிள்ளைகள் ஏற்படுத்தினார்கள்/ ஏற்படுத்துகிறார்கள்/ஏற்படுத்துவார்கள். அந்த ஒரு சிலர், எவரால், எங்கு, எப்போது பிறக்கப்போகிறார்கள் என்பது எவராலும் அறிய முடியாதல்லவா. அதனால்தான் அனைத்துப் பெற்றோர்களும் பிள்ளைகள் பெறுவது என்பது இயற்கையின் நியதியாக உள்ளது.

இவ்வாறு பெற்றெடுத்த பிள்ளைகளை அனாதைகளாக விட்டுவிடாமல், அவர்களை வறுமை நிலையிலும், எத்தனையோ கடினமான சூழ்நிலைகளிலும் உண்ணாமல் உறங்காமல் பிள்ளைகள் நன்றாகப் படிப்பதற்கான சூழ்நிலையை ஏற்படுத்தியும், நோய்களிலிருந்தும் காப்பாற்றி வளர்த்தும் இருக்கிறோம்.

ஒவ்வொருவரின் உயர்விலும் அந்தந்த பிள்ளைகளின் பங்களிப்பு இருந்தாலும், அந்த உயர்வுக்கான அடிப்படை ஆதாரங்களை, செலவுகளைச் செய்து கொடுத்தது பெற்றோர்களாகிய நாங்கள் தான்.

அவ்வாறு சிரமப்பட்டு தங்களை உயர்த்திய பெற்றவர்களை, அவர்களுக்குத் தேவையான நேரத்தில் கண்டுகொள்ளாமல் தன்னலமாக வாழ்வதை எவ்வாறு ஏற்றுக்கொள்வது?

ஒருவரின் உழைப்பின் பலனால் வளர்ந்து அவர்களை ஏமாற்றினால் அதற்கான உரியத் தண்டனை ஏமாற்றுபவர்களுக்குக் கிடைக்க வேண்டும் என்பது நியதி.

காலச் சக்கரம் சுழலும். இன்றைய பிள்ளைகளுக்கும் வயதாகும். அன்று, இவர்கள் தங்கள் பிள்ளைகளைவிடத் தாழ்நிலை செல்லக்கூடிய சூழல் வரலாம்.

அன்று அப்பிள்ளைகள் இவர்களுக்கு எந்த உதவியும் செய்யாவிட்டால், பிள்ளைகள் எந்த உதவியும் செய்வதில்லை என்று மற்றவரிடம் இவர்கள் புலம்புவார்கள் என்பது உறுதி. பிள்ளைகளை உயர்நிலை ஆக்குவதற்கு எவ்வளவு பாடுபட்டோம் என்பது கடவுளுக்குத்தான் தெரியும் என்று இவர்கள் கூறப்போவதும் உறுதி.

தனக்கு வந்தால் இரத்தம் மற்றவருக்கு வந்தால் தக்காளி சட்னி என்று கருதும் இவர்களின் மனப்பான்மையின் வெளிப்பாடே இவை.

ஆனால், தங்களின் பெற்றோர்கள் தம்மை உயர்நிலை ஆக்குவதற்குப் பாடுபட்டதைப் பெரிய செயலில்லை என்றும், அவர்கள் பெற்றார்கள் அதனால் உயர்நிலை அடையச் செய்வது அவர்கள் கடமை என்று கருதியவர்கள் தாம் என்பதை இலகுவாக மறந்து விடுவார்கள் அல்லது அன்று தாங்கள் தங்கள் பெற்றோருக்குச் செய்யத் தவறியதை உணர்ந்து வேதனைப்படுவார்கள்.

வெற்றி பெற்றவன் வெற்றி பெற உதவியவரை
மறந்தால் பின்னாளில் அதற்காகத் துன்பப்படுவான்
என்பது நிச்சயம்.

பெற்றோரைத் தவிக்கவிட்ட பிள்ளைகள் பின்னாளில் அவர்கள் பிள்ளைகளால் ஏமாற்றப்படுவதற்கு வாய்ப்புகள் அதிகம்.

அந்த நிலை அவர்களுக்கு வரக்கூடாது என்பதற்கும் சேர்த்துத்தான் இந்தப் போராட்டம்.

இந்தப் பாதுகாப்பு வழி தற்காலத்தில் எங்களைப் போன்ற வயதானவர்களுக்கு மட்டுமல்லாமல் பிற்காலத்தில் வஞ்சிக்கப்பட்ட பெற்றோராக மாறப்போகும் தற்காலப் பிள்ளைகளுக்கு உதவக்கூடிய ஒரு வழியாக இருக்க வேண்டும்.

இதுவும் ஒரு விதத்தில் எங்கள் பிள்ளைகளின் எதிர்கால நலனுக்கான நாங்கள் செய்யும் ஒர் நற்செயல் தான்.

இங்கு நடைபெறும் இவ்வழக்கு பெற்றோர்களான நாங்கள் எங்கள் பிள்ளைகளுக்குச் செய்யும் ஒரு பாதுகாப்பு என்று எங்கள் பிள்ளைகள் உணரவேண்டும்.

இன்றைய உங்களின் தீர்ப்பு நாளைய உலகின் வரலாற்று நிகழ்வாக இருக்கும்.

உங்களின் தீர்ப்பு வயது முதிரும் அனைவரின் பாதுகாப்பினையும் உறுதிப்படுத்தும் விதமாக இருக்க வேண்டும் என்று கேட்டுக்கொள்கிறோம்.

அத்தியாயம் 20

பிள்ளைகள் தரப்பில் வைக்கப்பட்ட வாதங்களின் தொகுப்பு:

பிள்ளைகளான எங்களுக்குச் சரியான கல்வியை எங்கள் பெற்றோர் தரவில்லை, அதனால் எங்கள் வாழ்வு தாழ்நிலையில் உள்ளது. இந்நிலையில் பெற்றவர்களுக்கு எவ்வாறு உதவமுடியும்?

படிக்க விரும்பாத எங்களைக் கட்டாயப்படுத்திப் படிக்க வைத்ததால் படிப்பின் மீது வெறுப்பாகிச் சரியாகப் படிக்காததால் நல்ல வேலை கிடைக்காமல் கீழ் நிலையில் இருக்கிற எங்களுக்கு என்ன வழி?

படிக்க விரும்பிய எங்களைத் தங்கள் தொழிலில் கட்டாயப்படுத்தி ஈடுபடுத்தியதால் அத்தொழிலில் தோல்வியுற்று வாழ்விழந்து நிற்கும் எங்களுக்கு என்ன வழி?

பெற்றோர் ஊதாரித்தனமாகச் செலவழித்து எங்களை வறுமை நிலைக்குத் தள்ளியதால் எங்களின் வாழ்க்கைத் தரமற்றதாக உள்ளது அதற்கு என்ன வழி?

தகுதிக்கு மீறிய இடத்தில் கட்டாயப்படுத்தி திருமணம் செய்து வைத்ததால் இணையரின் செயல்களுக்குக் கட்டுப்பட்டு வாழ வேண்டிய சூழலில் பெற்றோர்கள் வாழ்விற்கு எவ்வாறு உதவிட முடியும்?

வறுமையின் காரணமாக அல்லது பணத்தின் காரணமாக அல்லது திருமணத்தைச் செய்து தங்கள் கடமையை முடித்து விடவேண்டும் என்பதற்காகப் பெற்றோர்கள் எங்களுக்குப் பிடிக்காத இணையருடன் திருமணம் செய்து வைத்ததால் இன்னல்கள் பலவற்றை அனுபவிக்கும் நாங்கள் அவர்கள் வாழ்விற்கு ஏன் உதவ வேண்டும்?.

வேலைக்குப் போகும் எங்களின் பிள்ளைகளைக் கவனித்துக்கொள்ள எங்கள் பெற்றவர்களான இவர்களை அழைத்தபோது ஏதோ காரணங்களைச்சொல்லி வரமறுத்த

இவர்களை நாங்கள் ஏன் இப்பொழுது கவனித்துக்கொள்ள வேண்டும்?

எங்களுக்கும் எங்கள் பிள்ளைகளுக்கும் உடல்நிலை சரியில்லாதபோதெல்லாம் உதவிக்கு அழைத்தபோது வரமறுத்த இவர்கள், பெற்றவர்களான எங்களுக்கு உதவக்கூடாதா என்று இப்பொழுது கேட்பது என்ன நியாயம்?

எங்கள் வாழ்வின் ஒவ்வொரு உயர்வும் நாங்களே ஏற்படுத்திக்கொண்டவை. அதில், பெற்றோரின் பங்கு எதுவுமே இல்லாதபோது அவர்களுக்கு நாங்கள் ஏன் உதவவேண்டும்?

அனாதை பிள்ளைகள் தரப்பில் வைக்கப்பட்ட வாதங்களின் தொகுப்பு:

தவறான உறவால் அல்லது

அறியாப்பருவத்தில் செய்த தவறால் அல்லது

ஆண்களின் தவறான மனப்பாண்மையின் விளைவால் எந்தத் தவறும் செய்யாத பெண்களால்

பெற்றெடுக்கப்பட்டு அனாதைகளாக அனாதை இல்லங்களிலும், தெருக்களில் பிச்சைக்காரர்களாகவும், சில சமயங்களில் தவறானவர்களிடம் கிடைத்து திருடர்களாகவும், விபச்சாரத்தொழிலில் ஈடுபடுத்தப்பட்டவர்களாகவும் வாழும் எங்களுக்கு என்ன வழி?

பெற்றோர்களின் கொடுமைகளுக்கு ஆளாகி வீட்டைவிட்டு வெளியேறி அனாதைகளாக வாழும் எங்களுக்கும் ஏதாவது ஒரு வழி காட்டவேண்டுகிறோம்.

பெற்றவர்கள் இறந்ததால் உதவுவதற்கு யாருமற்று அனாதையாகி, தவறானவர்களிடம் கிடைத்து அவதியுறும் எங்களுக்கு என்ன வழி?

மறுமணம் செய்துகொண்ட பெற்றவர்களால் அனாதைகளாக்கப்பட்ட எங்களுக்கு என்ன வழி?

தவறு செய்ததால் சிறையில் தண்டனை அனுபவிக்கும் பெற்றவர்களால் ஆதரவற்று வாழும் நாங்கள் என்ன செய்வது?

சூதாட்டத்தில் பணத்தையெல்லாம் இழந்ததனால் வாழ வழிதெரியாமல் தற்கொலை செய்து கொண்ட பெற்றவர்களினால்

அனாதை ஆகி ஏதுமற்றும் யாருமற்றும் இருக்கும் எங்களைப் போன்றோருக்கு என்ன வழி?

விபத்துக்களில் பெற்றோரை இழந்து ஆதரவற்றிருக்கும் எங்களுக்கு என்ன வழி?

யாரோ செய்த தவறுக்கு நாங்கள் ஏன் தண்டனையை அனுபவிக்கவேண்டும்?

இதுபோன்று சீரழியும் எங்கள் வாழ்வை அரசு எவ்வாறு நல்லமுறையில் மாற்றப்போகிறது?

அத்தியாயம் 21

நீதியரசரின் தீர்ப்பின் தொகுப்பு:

குடும்ப உறவுகளின் ஒற்றுமை, ஏழைக்குடும்பமா அல்லது நடுத்தரக்குடும்பமா அல்லது பணக்கார குடும்பமா என்பதைப் பொறுத்து அமைவதில்லை எனப் பலதரப்பட்ட கருத்துக்கேட்புகளிலிருந்து அறிந்துணர முடிகிறது.

குடும்ப உறவுகளின் ஒற்றுமை அக்குடும்ப உறுப்பினர்களின் நற்பண்பினைப் பொறுத்துத்தான் அமைகிறது என்பதை அறிய முடிகிறது.

மக்கள் அனைவரையும் நற்பண்பு மிகுந்தவர்களாக மாற்றுவது என்பது நீதிமன்ற உத்தரவுகளாலோ அல்லது அரசின் ஆணைகளாலோ மாற்றிட முடியாது என்பதும் அனைவராலும் புரிந்துகொள்ள முடிவது.

பிரச்சனைகளைத் தீர்க்க சில வழிகள் உள்ளன.

வழி ஒன்று:

1. பெற்றவர்கள் பிள்ளைகளை எக்காரணத்தைக் கொண்டும் அனாதைகளாக ஆக்கக்கூடாது. மீறினால் குடும்பத்தலைவருக்குச் சிறைத் தண்டனை.

2. பிள்ளைகள், வயது முதிர்ந்த, வசதியற்ற, வருமானமற்ற, நோயுற்ற பெற்றவர்களை எக்காரணத்தைக் கொண்டும் தனியாக அல்லது முதியோர் இல்லங்களில் அல்லது அனாதை இல்லங்களில் வாழ விடக்கூடாது. மீறினால் பிள்ளைகளுக்குச் சிறைத் தண்டனை.

3. பெற்றோரற்ற பிள்ளைகளை வளர்த்தல், படிக்கவைத்தல், பின், வேலை தருதல் அல்லது தொழில் தொடங்க உதவுதல் ஆகியவை அரசாங்கத்தின் கடமை.

வரிசை எண் i மற்றும் ii அரசாணையாகி செயல்முறைப்படுத்தப்பட்டால், குடும்பத்தின் சூழல்

காரணமாக அம்முறை அக்குடும்பத்தால் நடைமுறைப்படுத்த முடியவில்லையென்றால், குடும்பத்தலைவர் அல்லது தலைவி சிறையில் அடைக்கப்பட்டால், அக்குடும்பத்தில் உள்ள மற்ற உறுப்பினர்கள் அனைவருக்கும் வாழ்தல் பிரச்சனையாக வாய்ப்புள்ளது.

அது மட்டுமல்லாமல், வரிசை எண் i மற்றும் ii மூலம் அனைவரும் ஒன்றாக வாழவழி ஏற்படுவதால், குடும்ப உறவுகளின் குறைகுணங்களால், குழப்பங்களும், பிரச்சனைகளும், பிரிவுகளும் ஏற்பட வாய்ப்புள்ளது. ஆக, வழி ஒன்றினால், குடும்பத்தினர் வாழ்வும், அவர்களுக்குகிடையேயான உறவும் மேலும் சீரழிய வாய்ப்புள்ளது

வழி இரண்டு:

மற்றொரு வழி பொருளாதாரப் பாதுகாப்பு. ஒருவருக்குப் பொருளாதாரப் பாதுகாப்பு இருந்தால் அவர் தன்னை எந்நிலையிலும் எவ்வாறேனும் காப்பாற்றிக்கொள்வதற்கான வாய்ப்புகள் அதிகம். அந்த ஒருவர், வயதானவராக இருக்கலாம், இளைஞராக இருக்கலாம், நடுத்தர வயதினராக இருக்கலாம், சிறுவர்களாகவும், குழந்தைகளாகவும் இருக்கலாம்.

பொருளாதாரப் பாதுகாப்பு இருந்தால்

♦ வருமானமற்ற நிலையிலும் வங்கிக்கணக்கில் பணமிருந்தால் யார் உதவியையும் நாடாமல் வாழலாம்.

♦ நோயுற்றாலும் நல்ல மருத்துவம் செய்து குணப்படுத்திக்கொள்ளலாம்.

♦ யாருடைய கட்டுப்பாடுமின்றி விரும்பியவாறு வாழலாம்

♦ உடல் தளர்வுற்ற காலத்திலும் நல்லபடியாகக் கவனித்துக்கொள்ளத் தகுதியான ஆட்களை வேலைக்கு அமர்த்திக்கொள்ளலாம்.

♦ எவருமற்ற நிலையில் வசதியான முதியோர் இல்லங்களில் வாழலாம்.

♦ படித்த பிள்ளைகள் வேலையின்றியிருந்தாலும் யாருடைய உதவியுமின்றி வாழலாம் அல்லது தனக்குப் பிடித்தைச் செய்யலாம். அல்லது போதிய பணமிருந்தால் பிடித்த தொழில் தொடங்கலாம்.

♦ நடுத்தர வயதினரும் தாங்கள் விரும்பிய வாழ்வை வாழலாம். பிள்ளைகளை அவர்கள் விரும்பியதைப் படிக்கவைக்கலாம். இணையரின் ஆசைகளை நிறைவேற்றித் தரலாம். பணமின்மையால் ஏற்படும் பிரச்சனைகள் குறைவதால், குடும்பம் அன்பு மிகுந்ததாக மாற வாய்ப்பு ஏற்படும்.

♦ பெற்றோரையிழந்த மற்றும் உடன்பிறப்பற்ற சிறுவர்களுக்கும் குழந்தைகளுக்கும் பொருளாதாரப் பாதுகாப்பிருந்தால், அவர்கள், அனாதைகளாகவும், பிச்சைக்காரர்களாகவும், திருடர்களாகவும் மாற்றப்படுவது குறையும்.

♦ பொருளாதாரப் பாதுகாப்புள்ள சிறுவர்களை மற்றும் குழந்தைகளை வளர்க்கச் சில உறவுகள் முன் வரலாம். ஆனால், இவர்கள் பணத்திற்காக ஆசைப்பட்டு வளர்ப்பதுபோல் நடித்து ஏமாற்றினால் அப்பிள்ளைகளின் வாழ்வு சீரழியும். இப்பிள்ளைகள் உறவுகளால் வளர்க்கப்படும் விதம் குறித்தும், இவ்வுறவுகளின் செயல்பாடுகள் குறித்தும் கண்காணிக்க ஒரு குழு அமைத்துக் கவனிக்கப்படவேண்டும்.

♦ எந்த உறவுமற்ற, ஆனால் பொருளாதாரப் பாதுகாப்புள்ள பிள்ளைகளை, அவரவரின் பொருளாதார வசதிக்கேற்ப, அரசாங்கம் தரமான விடுதிகளை அமைத்து அவர்களை நன்றாக வளர்க்க/படிக்க வைக்கவேண்டும். படித்துமுடித்து வேலைக்குச் செல்லும்வரை ஆகும் செலவுகளைப் பிள்ளைகளுடையப் பணத்திலிருந்து செலவிடலாம். பின்னர், அவர்கள் வேலைக்குச் சென்றபிறகு மீதிப் பணத்தையும் மற்றும் அதுவரை ஆகிய செலவு கணக்குகளையும் அவரிடம் ஒப்படைத்துவிடலாம்.

பொருளாதாரப் பாதுகாப்பினை ஏற்படுத்தும் வழிமுறை:

இணையர்களுக்குள்:

1. கணவர் வருமானத்திலிருந்து 20%யை மனைவியின் வங்கிக்கணக்கில் மாதாமாதம் சேர்க்கவேண்டும்.

2. மனைவி வேலைக்குச் சென்றால், அவருடைய வருமானத்திலிருந்து 20%யை கணவரின் வங்கிக்கணக்கில் மாதாமாதம் சேர்க்கவேண்டும்.

3. இணையர் இருவரும் பிரிந்து வாழ்ந்தால், இணையரில் யாரோ ஒருவர் வேலைக்குச் செல்லவில்லையென்றால்(பல

காரணங்களால்), அந்த இணையருக்கு, மற்ற இணையர் தன் வருமானத்திலிருந்து 25%யை வங்கிக்கணக்கில் மாதாமாதம் சேர்க்கவேண்டும்.

4. மணமுறிவானால், நீதிமன்றம் தரும் தீர்ப்பின்படி நடந்துகொள்ளவேண்டும்.

பெற்றோர் - பிள்ளைகளுக்குள்:

1. குழந்தை பிறந்ததிலிருந்து வங்கிக்கணக்கு ஆரம்பிக்க வழிவகை செய்ய வேண்டும். பிறந்ததிலிருந்து பெற்றோர் தங்கள் குடும்ப வருமானத்தில் 10%யை ஒவ்வொரு குழந்தையின் வங்கிக் கணக்கிலும் மாதாமாதம் சேமிக்க வேண்டும். இச்செயலைப் பிள்ளைகள் சம்பாதிக்கும் வரை பெற்றோர்கள் செயல்படுத்தவேண்டும்.

   பெற்றோர்களின் வருமானத்திலிருந்து பிள்ளைகள் வங்கிக்கணக்கில் சேர்க்கப்படும் இந்தப் "பிள்ளைகள் பாதுகாப்பு பணத்திற்கு" வருமானவரி தள்ளுபடி செய்யலாம். அப்பணத்திற்குச் சாதாரணச் சேமிப்பிற்குத் தரும் வட்டியையைவிட 1% கூடுதல் வட்டி தரலாம்.

2. பெற்றவர்கள் பிள்ளைகளைப் படிக்க வைப்பது என்பது கட்டாயம். பிள்ளைகளை எக்காரணம் கொண்டும் படிப்பதிலிருந்து நிறுத்தக்கூடாது.

   பெற்றவர்களும் உடன்பிறந்தவர்களும் இல்லையெனில், அப்பிள்ளைகளை அரசு இலவசமாக அனைத்துச் செலவுகளையும் செய்து கல்லூரிப் படிப்பு வரை படிக்க வைக்கவேண்டும்.

3. தாயோ அல்லது தந்தையோ மறுமணம் செய்து கொண்டாலும், அவர்களின் வருமானத்திலிருந்து 10%யை முன் திருமணத்தில் பிறந்த ஒவ்வொரு பிள்ளைகளின் வங்கி கணக்கிலும் மாதாமாதம் சேர்க்க வேண்டும் மற்றும் கல்லூரிப் படிப்பு வரை படிக்கவைக்க வேண்டும்.

4. தாயும் தந்தையும் இருவருமே திருமண முறிவுக்குப் பின் மறுமணம் செய்து கொண்டாலும், மறுமணம் செய்து கொண்ட பின் வரும் வருமானத்திலிருந்து இரு பெற்றோரும் 10%யை முன் திருமணத்தில் பிறந்த பிள்ளைகள் ஒவ்வொருவர் வங்கிக்கணக்கிலும் மாதாமாதம் சேர்க்க வேண்டும் மற்றும் கல்லூரிப் படிப்பு வரை படிக்கவைக்க வேண்டும்.

5. பிள்ளைகள் சம்பாதிக்க ஆரம்பித்ததிலிருந்து 40% சம்பளத்தை (அரசு அல்லது தனியார் வேலை அல்லது தொழில் அல்லது வேறுவகை வருமானம் எதுவாக இருந்தாலும்) பெற்றோர் வங்கிக் கணக்கிற்கு மாதாமாதம் செலுத்தும் வழிவகை செய்ய வேண்டும்.

பெற்றவர்கள் மறுமணம் செய்திருந்தாலும், தங்கள் வருமானத்தில் 20%யை ஒவ்வொருவரின் கணக்கிலும் மாதாமாதம் சேர்க்க வேண்டும்.

6. பிள்ளைகள் அவர்களின் திருமணத்திற்குப் பிறகு, பெற்றவர்களுக்கு

* மகன் 20% தரவேண்டும்

* மகன் வேலைக்குச் செல்லாவிட்டால், மருமகள் வருமானத்தில் 10% தரவேண்டும்.

* மகள் வேலைக்குச் சென்றால் 20% தரவேண்டும்.

* மகள் வேலைக்குச் செல்ல முடியாவிட்டால், மருமகன் வருமானத்தில் 10% தரவேண்டும்.

* பெற்றவர்கள் மறுமணம் செய்திருந்தாலும், பிள்ளைகள் தங்கள் வருமானத்தில் 10%யை பெற்றவர்களின் வங்கிக்கணக்கில் மாதாமாதம் சேர்க்க வேண்டும்.

பிள்ளைகளின் வருமானத்திலிருந்து பெற்றோர்கள் வங்கிக்கணக்கில் சேர்க்கப்படும் "பெற்றவர்கள் பாதுகாப்பு பணத்திற்கு" வருமானவரி தள்ளுபடி செய்யலாம். அப்பணத்திற்குச் சாதாரணச் சேமிப்பிற்குத் தரும் வட்டியையைவிட 1% கூடுதல் வட்டி தரலாம்.

உடன்பிறப்புகளுக்குள்:

1. பெற்றவர்கள் இருவரும் இறந்துவிட்ட சூழலில், உடன்பிறந்தவர் சம்பாதித்துக்கொண்டிருந்தால், தன் உடன்பிறப்புகள் கல்லூரிப் படிப்பு வரை உடன் வைத்துக் கவனித்துக்கொள்ளவேண்டும். அதற்கான பணத்தை உடன்பிறப்பின் பொருளாதாரப் பாதுகாப்பு நிதியிலிருந்து எடுத்துச் செலவழிக்கலாம்.

இப்பிள்ளையின் படிப்புக்கான 100% செலவினை அரசு ஏற்கவேண்டும்.

2. பொருளாதாரப் பாதுகாப்பற்ற உடன்பிறந்தவர்களைப் படிக்கவைத்தவருக்கு உடன்பிறப்புக்கு, வேலைக்குச் சென்றவுடன் அதுவரை ஆன செலவுத்தொகைக்கு வட்டியுடன் 5 வருடங்களுக்குள் திருப்பித்தர வேண்டும். மேலும், வேலைக்குச் சென்ற மாதம் முதல். தன் வருமானத்திலிருந்து 10%யை தன்னை படிக்கவைத்த உடன்பிறப்புக்கு, அடுத்த 10 ஆண்டுகளுக்கு மாதாமாதம் தரவேண்டும்.

பொருளாதாரப் பாதுகாப்பு நிதியிலிருந்து எடுத்துத் தன்னை வளர்த்த உடன்பிறப்புக்கு, வேலைக்குச் சென்ற மாதம் முதல். தன் வருமானத்திலிருந்து 5%யை தன்னை வளர்த்த உடன்பிறப்புக்கு, அடுத்த 10 ஆண்டுகளுக்கு மாதாமாதம் தரவேண்டும்.

இக்கணக்குகளைச் சரிபார்க்க அரசு ஒரு குழு அமைத்துக் கண்காணிக்கவேண்டும்.

மாமனார்/மாமியாருக்கும் - மருமகளுக்கும்:

1. பிள்ளை இறந்த நிலையில், மறுமணம் செய்துகொள்ளாத மருமகள் வேலைக்குச் செல்லவில்லை என்றால், மாமனார்/ மாமியார் தங்கள் வருமானத்திலிருந்து 20%யை மருமகள் வங்கிக்கணக்கில் சேர்க்கவேண்டும்.

இந்த மருமகளுக்குப் பிள்ளைகள் இருந்தால், அவர்களின் கல்லூரிப் படிப்பு வரையிலான செலவுகளை 100% அரசு ஏற்கவேண்டும்.

ஏதோ ஒரு காரணத்தால், மாமனார், மாமியார் மற்றும் மருமகள் மூவரும் வேலைக்குச் செல்ல முடியாதச் சூழலில் இருந்தால் அவர்களுக்கு குறைந்தபட்சமான அளவில் வாழத் தேவையானவற்றை அரசாங்கம் செய்து தர வேண்டும். அல்லது அரசாங்கம் இப்படிப்பட்டவர்களுக்கான விடுதிகள் அமைத்து அதில் அவர்களை தங்க வைத்து வாழத் தேவையானவற்றைச் செய்து தர வேண்டும்.

பெற்றவர்கள் - மகள்:

1. மருமகன் இறந்த நிலையில், மறுமணம் செய்து கொள்ளாத மகள் வேலைக்குச் செல்லவில்லை என்றால், பெற்றவர்கள்

தங்கள் வருமானத்திலிருந்து 20%யை மகள் மாதாமாதம் வங்கிக்கணக்கில் சேர்க்கவேண்டும்.

இந்த மகளுக்குப் பிள்ளைகள் இருந்தால், அவர்களின் கல்லூரிப் படிப்பு வரையிலான செலவுகளை 100% அரசு ஏற்கவேண்டும்.

ஏதோ ஒரு காரணத்தால், அப்பா, அம்மா மற்றும் மகள் மூவரும் வேலைக்குச் செல்ல முடியாதச் சூழலில் இருந்தால் அவர்களுக்கு குறைந்தபட்சமான அளவில் வாழத் தேவையானவற்றை அரசாங்கம் செய்து தர வேண்டும். அல்லது அரசாங்கம் இப்படிப்பட்டவர்களுக்கான விடுதிகள் அமைத்து அதில் அவர்களை தங்க வைத்து வாழத் தேவையானவற்றைச் செய்து தர வேண்டும்.

2. **மாமனார்/மாமியாரும், பெற்றவர்களும் இல்லையென்றால்,** கணவனை இழந்து மறுமணம் செய்துகொள்ளாத பெண்களுக்கு அரசுத் தங்கள் துறைகளிலோ அல்லது தனியார் நிறுவனங்களிலோ அவர்கள் தகுதிக்கேற்ற வேலையை ஏற்பாடு செய்து தரவேண்டும். வேலை கிடைக்கும்வரையில் அவர்கள் வாழ்விற்கான அனைத்துச் செலவுகளையும் அரசு ஏற்கவேண்டும்.

வேலைக்கிடைப்பதற்குள்ளாக அல்லது வேலை கிடைத்தபிறகு கணவனை இழந்த பெண்கள் மறுமணம் செய்துகொண்டால், அரசின் மேற்கண்ட பயன்களான அரசு அல்லது தனியார் வேலையைத் திரும்பப் பெற்றுக்கொள்ளலாம். வாழ்விற்கான உதவியையும் நிறுத்திவிடலாம்.

இவ்வாறு செய்வதால், இவ்வுதவிகள் தேவையான வேறொருவருக்கு உடனடி பயனைத்தரும்.

3. அனாதை இல்லத்தில் வாழும் பிள்ளைகள் மற்றும் அனைத்து 15 வயதுக்குட்பட்ட யாருமற்ற பிள்ளைகளும் மீட்கப்பட்டு அவர்கள் அரசுப் பள்ளிகளில் சேர்க்கப்பட்டு கல்லூரிப் படிப்பு வரை படிக்கவைக்கப்பட வேண்டும். இதற்கான அனைத்துச் செலவுகளை அரசு செய்து தரவேண்டும். படித்து முடித்தபிறகு அவர்களுக்கு அரசு அல்லது தனியார்த்துறையில் அவர்களின் தகுதிக்கேற்ப வேலையை ஏற்பாடு செய்து தரவேண்டியது அரசின் கடமை.

15வயதுக்கு மேற்பட்டப்பிள்ளைகளுக்குத் தொழிற்கல்வியைக் கற்றுக்கொடுத்து சுயதொழில் செய்ய ஏற்பாடு செய்து தரவேண்டியது அரசின் கடமை.

படித்து முடித்தபிறகு வேலை கிடைக்கும்வரை அல்லது தொழில் தொடங்கும்வரை ஆகும் செலவினை அரசு ஏற்கவேண்டும்.

இவர்களில் தொழில் தொடங்க விருப்பமுள்ளவர்களுக்குத் தொழில் தொடங்க அரசு கடனுதவி அளிக்கவேண்டும்.

முக்கிய குறிப்பு 1:

ஒருவரை மற்றவருக்கு மாதாமாதம் பணத்தைக் கொடுக்க சொன்னால், அவர் சிறிது நாட்களில் கொடுக்காமல் ஏமாற்றுவதற்கான வாய்ப்புகள் அதிகம். அதனால், பிள்ளைகளுக்கோ அல்லது பெற்றோர்களுக்கோ அல்லது இணையருக்கோ அல்லது வேறு உறவுகளுக்கோ வங்கிக்கணக்கில் சேர்க்கப்படவேண்டிய பணம், அரசு அல்லது தனியார் நிர்வாகம் அல்லது வேறு எந்தவிதமான நிர்வாகமாக இருந்தாலும், அந்தந்த அலுவலகம்/நிர்வாகம் தான் அவரவரின் சம்பளத்திலிருந்து பிரித்து பணத்தை சேரவேண்டியவர்களுக்கு நேரடியாக வங்கியில் மாதாமாதம் சேர்க்கவேண்டும். இநற்கான வழிமுறையை அரசாங்கம் செய்ய வேண்டும்.

முக்கிய குறிப்பு 2:

இவ்வாறு, வங்கியில் சேர்க்கப்படும் பணத்திலிருந்து, யாரோ ஒரு உறுப்பினர் அல்லது ஒரு குடும்பம், அவசர தேவைக்காக எடுத்து செலவழித்தால், அதனை அடுத்த 12 மாதங்களுக்குள் வட்டியுடன் திருப்பிச் செலுத்திவிட வேண்டும்.

அத்தியாயம் 22

நீதியரசரின் வாழ்வியலுக்கான பரிந்துரைகளின் தொகுப்பு:

நீதியரசர் மக்கள் வாழ்வு மேம்படச் சில கருத்துக்களையும் பரிந்துரைத்தார். அவைகளின் தொகுப்பு:

1. பெற்றவர்கள் தாங்கள் சம்பாதிக்கும் அனைத்தையும் பிள்ளைகளுக்காகச் செலவிடாமல் தங்களின் எதிர்காலத் தேவைக்காகச் சேமிப்பு செய்தல் மிக அவசியம்.

2. ஏதாவது சொத்துக்கள் மற்றும் வங்கியிருப்புகள் இருந்தால், பிள்ளைகள் நம்மைக் கவனித்துக் கொள்வார்களென நம்பி அவர்கள் பெயரில் மாற்றி விடக்கூடாது.

3. பிள்ளைகள் சிரமப்படுகிறார்கள் என்பதால், தங்களிடம் இருக்கும் அனைத்துச் சொத்துக்களையும் விற்று அவர்களுக்குக் கொடுப்பது கூடாது.

4. திருமணத்திற்கு வரதட்சணை, ஆணோ அல்லது பெண்ணோ, வாங்கக்கூடாது. அவ்வாறு வாங்கினால் 10 ஆண்டுகள் சிறைத் தண்டனை.

5. பெற்றோர்களின் சொத்துக்களை மற்றும் சேமிப்புகளை எக்காரணம் கொண்டும் அவர்கள் காலம் முடியும் முன்பு

   ♦ பிள்ளைகள் எழுதி வாங்கக்கூடாது,

   ♦ விற்க வற்புறுத்தக்கூடாது

   ♦ செலவிற்காகப் பணத்தைக் கொடுக்கச் சொல்லி நச்சரிக்கக் கூடாது

   ♦ பெற்றோர் விருப்பப்பட்டுக் கொடுத்தால் கடனாக வாங்கிக் கொள்ளலாம். அந்தப் பணத்தைப் பின்னர் 12 மாதத் தவணையாகத் திருப்பித் தந்துவிட வேண்டும்

   ♦ பெற்றோரின் காலத்திற்குப் பிறகு மீதி இருப்பதைப் பிள்ளைகள் சரிசமமாகப் பிரித்துக் கொள்ளலாம்

* யாராவது பிள்ளைகள் தங்கள் பெற்றோர்களை உடன் வைத்துக் கொண்டால், பெற்றவர்களைக் கவனித்துக்கொள்ள ஆகும் செலவினைக் கணக்கு எழுதி வைத்துக் கொள்ளலாம். பின்னர், அந்தச் செலவினைப் பிள்ளைகள் அனைவரும் சரிசமமாகக் கொடுத்து விடவேண்டும்.

* பெற்றவர்களைக் கவனித்துக்கொண்ட பிள்ளைக்கு, அப்பிள்ளை மற்றும் அவரின் குடும்ப உறுப்பினர்களின் உடல் உழைப்பிற்காக மற்றும் சில இன்பமான நேரங்களை அனுபவிக்காமல் அவர்கள் செய்த தியாகத்திற்காக, சொத்தில் 10% அதிகமாகக் கொடுக்க வேண்டும்.

* தீர்ப்பில் கூறப்பட்டுள்ள அனைத்து உதவிகளையும் தேவையானவர்களுக்கு எவ்விதப் பாகுபாடுமின்றி அரசாங்கத்தால் செய்யப்பட வேண்டும்.

அனாதைகளாகவும், பிச்சைக்காரர்களாகவும், திருடர்களாகவும், விபசாரத்தில் ஈடுபடுத்தப்பட்டிருக்கும் பிள்ளைகள் அனைவரையும் காப்பாற்றி அவர்களுக்குப் பிடித்தப்படிப்பை கற்கவும், வேலை அல்லது தொழில் செய்யவும் தேவையான வசதி வாய்ப்புகளை ஏற்படுத்திக் கொடுக்கவேண்டும். அதற்கான செலவுகளை அரசு ஏற்க வேண்டும்,

விருப்பமான கல்வி/வேலை/தொழில் செய்தல் குறித்தான பரிந்துரைகள்:

கல்வி:

பிள்ளைகள் ஆரம்பக் கல்வி பயில ஆரம்பிப்பதிலிருந்து செய்ய வேண்டியவை:

வாரத்தில் நான்கு நாட்கள் முறையான கல்வியும், ஒரு நாள் பிள்ளைகள் தங்களுக்குப் பிடித்தவற்றைப் பயிலும் வகையிலும் மற்றும் அதனைத் தேர்ந்தெடுக்கும் வகையிலும் அனைத்து விதமான ஏற்பாடுகளை அரசாங்கம் செய்து தரவேண்டும். தனியார்ப் பள்ளிகளும் இவ்விதமான எற்பாடுகளைச் செய்து தரவேண்டும்.

எடுத்துக்காட்டுகள்:

பலதரப்பட்ட விளையாட்டுகளுக்கான பயிற்சி வகுப்புகள்

பல தொழில் கற்பதற்கான பயிற்சி வசதிகள்

நடிப்பு, நடனம், ஓவியம் ஆகியவற்றுக்கான பயிற்சி வசதிகள்

தற்காப்புக்கலைப் பயிற்சி வகுப்புகள்

பேச்சு மற்றும் கட்டுரை/கதை எழுதுதல் பயிற்சி வகுப்புகள்

புதிய கண்டுபிடிப்புகளை உருவாக்கும் செயல்களுக்குத் தேவையான அனைத்து வசதிகளும், எவ்வித மறுப்பும், கட்டுப்பாடும், பாகுபாடும் இன்றி, விரும்பமுமுடையவர் அனைவருக்கும் ஏற்படுத்தி தரவேண்டும்.

மற்ற பாடங்களுக்கு ஒவ்வொரு ஆண்டும் பாடத்தின் அளவு உயர்த்தப்படுவது போல், இவ்வகுப்புகளும் அடிப்படை நிலையில் ஆரம்பித்து மிகச்சிறந்த திறன் படைத்தவர்களாக ஆகக்கூடிய அளவிற்கு ஒவ்வோரு ஆண்டும் கற்பித்தல் அளவினை உயர்த்திக் கொண்டே வரவேண்டும்.

மாணவர்கள் அவர்களுக்கு எது பிடிக்கிறதோ அதை அவர்களே தேர்ந்தெடுக்க வகை செய்யவேண்டும். அவர்கள் தேர்ந்தெடுத்தது பிடிக்கவில்லையென்றால் எத்தனை முறை வேண்டுமானாலும் வேறொன்றைத் தேர்வு செய்யும் உரிமையை அவர்களுக்குத் தரவேண்டும்

பெற்றவர்களோ, ஆசிரியர்களோ, அல்லது வேறு எவருமோ மாணவர்களைக் கட்டாயப்படுத்தக்கூடாது.

இந்தச் செயல்முறை கல்லூரிப் படிப்பு முடியும் வரை செயல்படுத்தப்படவேண்டும்.

கல்லூரியில் பெற்றவர்கள் படிக்கச்சொல்லும் படிப்பினைப் படிப்பவர்கள், வாரத்தில் ஒன்று அல்லது இரண்டு நாட்கள் அவர்களுக்குப் பிடித்த படிப்பினையும் படிக்கும் வகையில் அல்லது தங்களுக்குப் பிடித்த தொழிலில் மேம்படுத்திக்கொள்ள, அரசாங்கம் வசதிகள் செய்து தரவேண்டும். இதற்கான செலவு முழுமையும் அரசாங்கம் ஏற்கவேண்டும்.

கல்லூரிப் படிப்பு முடிக்கும் போது அவர்கள் முறையான கல்வியிலும் தேர்ச்சி பெற்றிருப்பார்கள் மற்றும் அவர்களுக்குப் பிடித்த படிப்பு அல்லது தொழில் அல்லது திறன் ஒன்றையும் அறிந்து தன்னை அதில் வளர்த்துக்கொண்டிருப்பார்கள்.

இம்முறை செயல்படுத்தப்படுவதால் பிள்ளைகள் பெற்றவர்கள் தாங்கள் விரும்பியதைப் படிக்க அல்லது செய்ய வாய்ப்பளிக்கவில்லையென்று குறைகூறுவது முற்றிலும் அகன்றுவிடும்.

வேலை/தொழில்:

படித்து முடித்த பிறகு தங்களுக்குப் பிடித்த வேலையை அல்லது தொழிலை அல்லது திறனைச் செய்யப் பிள்ளைகளால் முடியும். அதற்கு நிதியுதவி தேவைப்பட்டால் அரசாங்கம் செய்து தரவேண்டும்.

சில பிள்ளைகளுக்குக் குடும்பச் சூழல் காரணமாக தங்களுக்குப் பிடித்ததைச் செய்யமுடியாத நிலைமை வரலாம். அவர்கள் முறையான கல்வியின் மூலம் என்ன வேலை கிடைக்கிறதோ அதில் சேர்ந்துகொள்ளலாம். அவர்களுக்கு வாரத்தில் நான்கு நாட்கள் மட்டும் அவ்வேலையைச் செய்ய அனுமதி தரவேண்டும். அச்சம்பளத்தைக்கொண்டு குடும்பத்தைக் கவனித்துக்கொள்ள முடியும். இதை அரசும் தனியார் நிறுவனங்களும் உறுதியாகச் செயல்படுத்தக்கூடிய வகையில் அரசாணை பிறப்பிக்கவேண்டும்.

வாரத்தின் மீதி மூன்று நாட்களில் அவரவருக்குப் பிடித்ததைச் செய்யலாம். இதற்கு இவர்களுக்கு நிதியுதவி தேவைப்பட்டால் அரசாங்கம் தரவேண்டும்.

இவ்வகையில் ஒருவர் குடும்பத்தையும் நல்லமுறையில் வாழவைக்கமுடியும் மற்றும் பிடித்தமான வேலை அல்லது தொழிலையும் செய்யமுடியும் மற்றும் அவரவர் திறனிலும் ஈடுபட்டு வாழ்வில் உயர முடியும்.

இவ்வாறு செய்தலின் பயன்கள்:

தீர்ப்பில் கூறப்பட்டுள்ள அனைத்து உதவிகளையும் மற்றும் பரிந்துரைகளையும் தேவையானவர்களுக்கு எவ்விதப் பாகுபாடுமின்றி அரசாங்கத்தால் செய்யப்பட வேண்டும்.

இவ்வழிமுறைகள் செயல்படுத்தும் போது அரசாங்கத்திற்குச் செலவுகள் அதிகமாகக்கூடிய வாய்ப்பு உள்ளது. அது, இப்பொழுது நடைமுறையில் உள்ள இலவசங்களுக்கு மேல் ஓர் அதிகச் செலவு அரசிற்கு. ஆனால் இதற்குச் செலவு செய்தால் ஒரு தனிமனிதன், குடும்பம், சமூகம், நாடு ஓர் உயர்

நிலைக்குச் செல்லக்கூடிய வாய்ப்புள்ளது. எவ்வாறெனில், பிள்ளைகள் தங்களுக்குப் பிடித்ததைச் செய்ய வழிவகை செய்யப்பட்டுள்ளதால்,

* பிள்ளைகள் ஒவ்வொருவரும் அவர்களுக்குப் பிடித்ததைக் கற்றறிந்ததால் அதில் அவர்கள் சிறப்புறச் செயல்படுவார்கள். அதனால் அவர்கள் வாழ்வு மகிழ்வாக இருக்கும். மேலும், விருப்பமான வேலையை மற்றும் தொழிலைச் செய்வதால், இவர்களால் உற்பத்தி செய்யப்படும் அல்லது உருவாக்கப்படும் பொருட்கள் தரமானதாக மட்டுமல்லாமல் உற்பத்தியும் பன்மடங்கு அதிகரிக்கும்.

* அதுமட்டுமல்லாமல், புதிய கண்டுபிடிப்புகள் பல உருவாகி நாட்டின் பெருமை உயரும்.

* அதனால், தொழில் வளம் பெருகி நாடு வளம் பெறும்.

* அதுமட்டுமன்றி, அனாதைகளாகவும், பிச்சைக்காரர்களாகவும், திருடர்களாகவும், விபசாரத்தில் ஈடுபடுத்தப்பட்டிருந்த பிள்ளைகள் கற்கவும், வேலை அல்லது தொழில் செய்யவும் ஏற்பாடு செய்யப்பட்டிருப்பதால், இவர்கள் வாழ்வு சிறக்கும். நாட்டில் குற்றங்கள் குறையும். வறுமையும் குறையும்.

எந்த ஒரு செயலிலும் முதலில் எதையோ ஒன்றைச் செலவு செய்தாக வேண்டும். அது நேரம், உழைப்பு, பணம், பொருள் அல்லது இவையனைத்துமாகவும் அல்லது வேறு எதுவாக வேண்டுமானாலும் இருக்கலாம். பின்னர்தான், அதற்கான பலனை அனுபவிக்க முடியும். செலவு செய்வதற்குத் தயங்கினால் இது போன்ற சமூகப்பிரச்சனைகள் என்றும் தீர்ப்போவதில்லை. இச்செலவினைச் செய்யாவிடில் நாட்டின் மற்றும் மக்களின் தரம் என்றும் உயரப்போவதில்லை. அரசாங்கத்தின் வருவாய் இலவசங்களுக்கும் மானியங்களுக்கும் செலவாகிக் கொண்டிருக்கும் எந்நாளும்.

இந்தத் தீர்ப்பின்படி அனைவரும் நடந்து கொள்வதைக் கண்காணிக்கும் குழு ஒன்றை அரசாங்கம் அமைத்திட வேண்டும். தீர்ப்பை மீறி நடப்பவர்களுக்கு உரியத் தண்டனை வழங்கிட வேண்டும்.

இந்தத் தீர்ப்பின் மூலம் மக்களில் பெரும்பாலானவர்களிடம் வாழத்தேவையான அளவு பணம் எப்பொழுதும் இருக்க வாய்ப்புள்ளதால், அரசாங்கம் நியாயவிலைக் கடைகளில் விற்பனை செய்வதையும், இலவசமாக அளிப்பதையும், முதியோர் பணம் அளிப்பதையும் அனைவருக்கும் அளிப்பதைக் குறைத்து உண்மையாக யாருமற்றவர்க்கும் மற்றும் வாழத்தேவையான பணம் இல்லாதவர்களுக்கு மட்டும் வழங்கக்கூடிய சூழல் ஏற்படும். இதனால் அரசாங்கத்திற்கும் செலவு குறையும் வாய்ப்பு உள்ளது.

முறைசெய்து காப்பாற்றும் மன்னவன் மக்கட்கு

இறையென்று வைக்கப் படும் குறள் 388

மு,வரதராசனார் உரை

நீதி முறை செய்து குடிமக்களைக் காப்பாற்றும் மன்னவன், மக்களுக்குத் தலைவன் என்று கருதித் தனியே மதிக்கப்படுவான்.

கொடையளி செங்கோல் குடியோம்பல் நான்கும்

உடையோன் வேந்தர்க்கு கொளி. குறள் 390

மு,வரதராசனார் உரை

கொடை, அருள், செங்கோல் முறை, தளர்ந்த குடிமக்களைக்காத்தல் ஆகிய நான்கும் உடைய அரசன், அரசர்க்கெல்லாம் விளக்கு போன்றவன்.

நன்றி: https://www.ytamizh.com/thirukural/kural-388

அய்யனின் கூற்றுப்படி, தளர்வுற்ற குடிமக்களான வயது முதிர்ந்தவர்களையும், யாருமற்றும், ஏதுமற்றும் அவதிப்படும் இளையோர்களையும் காப்பாற்றும் அரசாங்கமாக இருப்பது மட்டுமல்லாமல், இவ்வாறு ஒரு சூழல் குடிமக்களுக்கு ஏற்படாமல்/வராமல் தடுக்க வழி செய்வதும் ஒரு சிறந்த அரசாங்கத்தின் கடமை.

அவ்வழியை உரிய முறையில் நடைபெற வழிவகை செய்ய வேண்டியது சிறந்த அரசாங்கத்தின் செயல்.

இந்த வழிமுறைகள் செயல்படுத்தப்பட்டப் பின்னும் பல காரணங்களால், சில முதியவர்களும், இளையவர்களும் தளர்வு நிலையை அடையலாம். அந்நிலையில், அரசாங்கத்திற்கு இப்படிப்பட்டவர்கள் வாழ்வு சிறக்கத் தேவையான செயல்களை மட்டும் செய்தால் போதுமானதாக இருக்கும்.

இதற்கு ஆகும் செலவுகளைச் சரி செய்ய வழி:

இரவும் பகலும் சிரமப்பட்டு சம்பாதிக்கும் சிலரை அதிகமான வருமான வரி கட்ட வைத்து அதில் வரும் வருமானத்தை ஆட்சியாளர்கள் தங்கள் வோட்டு அரசியலுக்காக உண்மையான தேவை உள்ளவர்களுக்கு மட்டுமல்லாமல், நல்ல வருமானம் பெறும் தகுதியற்றவர்களுக்கும் வாரி வழங்குகிறது. யாருக்கு உண்மையில் தேவை என்பதைக் கண்டறியாமல் அனைவருக்கும் இலவசங்களையும் மானியங்களையும் வழங்குவதால் தான் நாட்டின் வளர்ச்சி தேக்கம் அடைகிறது. அனைவருக்கும் இலவசங்கள்/மானியங்கள் வழங்காமல் நெறிமுறைப்படுத்தும் வழிவகை செய்தால் தேவையானவர்களுக்குத் தரமானதாகவும் சிறப்பானதாகவும் ஒரு வாழ்வைத் தரமுடியும்.

நாம் கொடுக்கும் வரிப்பணத்திலிருந்துதானே அரசாங்கம் இலவசங்களையும் மானியங்களையும் தருகின்றனர். அதை வாங்கிக்கொள்வதில் என்ன தவறு இருக்கிறது என்று மக்களில் பலர் நினைப்பதால் தான், அதிக வருமானம் உள்ள குடும்பத்தினரும் மற்றும் எல்லா வசதியுடனும் வாழும் குடும்பத்தினரும் இலவசங்களையும் மானியங்களையும் எவ்வித தயக்க உணர்வுமின்றி பெற்றுக்கொள்கின்றனர்.

இன்னொரு வகையில் இதை எண்ணிப்பார்த்தால், அதிக வருமானம் உள்ள குடும்பத்தினரும் மற்றும் எல்லா வசதியுடனும் வாழும் குடும்பத்தினரும் இலவசங்களையும் மானியங்களையும் விரும்புகிறார்கள் என்றால்,

ஒன்று அவர்கள், ஆசை மிகுந்தவர்களாக இருக்கிறார்கள் அல்லது

- ♦ இரண்டு, இன்னும் பணப்பற்றாக்குறை மற்றும் தேவைகள் அவர்களுக்கு உள்ளன என்பதை அரசு உணர்ந்து கொள்ள வழி ஏற்படுகிறது. எனில், அரசு நாட்டு மக்களின் நலனை மற்றும் வளத்தை உயர்த்துவதற்கு அதிகக் கவனம் செலுத்த வேண்டியுள்ளது என்பதைப் புரிந்து கொண்டு ஆக்கப்பூர்வமான செயல்களைச் செயல்படுத்தி இவர்களை இவ்வித இலவசங்களையும் மானியங்களையும் வாங்காதிருக்கும் நிலைக்கு உயர்த்திட வேண்டும்.

இலவசங்கள் தருவதைத் தகுதியின் அடிப்படையில் கொடுக்க ஆளும் அரசு சட்டம் இயற்றினால், எதிர்க்கட்சிகளும் பொதுமக்களும் போராட வாய்ப்புள்ளது. அடுத்த முறை ஆட்சிக்கு

வருவதில் அவர்களுக்குச் சிரமம் ஏற்படவும் வாய்ப்புள்ளது. இதனால்தான் பல ஆளும் கட்சிகள் தகுதி அடிப்படையில் இலவசங்கள் என்கிற செயல்முறையைக் கொண்டு வரத் தயங்குகின்றன. அந்தத் தயக்கம் ஒரு விதத்தில் சரியாக இருக்கலாம். எந்தக் கட்சியும் எப்பொழுதும் தங்கள் ஆட்சிதான் இருக்க வேண்டும் என்று நினைப்பார்கள். அதில் தவறில்லை.

எனில் மாற்று வழி என்ன?

நல்ல நிலையில் உள்ள பொதுமக்கள், இலவசங்கள் மற்றும் ஏழைகளுக்கான நலத்திட்டங்கள் ஆகியவற்றைப் பயன்படுத்தமாட்டோம் என்று தாங்களாக உறுதி எடுத்துக்கொண்டு அதனை எப்பொழுதும் கடைப்பிடிக்கும் மனநிலையை வளர்த்துக்கொள்ளவேண்டும்.

இப்படி, பொதுமக்கள் அனைவரும் ஒரு நல்ல முடிவினை எடுத்துத் தங்களைச் செம்மைப்படுத்திக்கொண்டால், அரசாங்கத்தின் பொருளாதாரச் சுமை மற்றும் பணிச்சுமை வெகுவாகக் குறையும் என்பது நிச்சயம். இதனால், அரசுக்குச் செலவு குறைந்து சேமிப்பு அதிகமாகும் போது, அரசு மக்கள் மீதான வரிச்சுமைகளைக் குறைக்க வாய்ப்பு ஏற்படும். வசதியான பொதுமக்கள் எவ்வளவு பேர் இதனைச் செய்வார்கள் என்பது தான் மிகப்பெரிய?.

தேவையான மக்களுக்குச் சென்றடைய வேண்டும் என்று அரசாங்கம் இலவசங்களையும் மானியங்களையும் தருகிறது. அதை வசதியானவர்களும் தங்களுக்குப் பயன்படுத்திக்கொள்ளும் வரை அரசியல்வாதிகள் ஊழல் செய்து கொண்டுதான் இருப்பார்கள். அவர்களைத் தட்டிக்கேட்கும் உரிமையை இழந்துபோகிறோம் என்பதனை மக்களாகிய நாம் என்று உணரப் போகிறோம்?

ஏழைகளுக்கான இலவசங்களையும் நலதிட்டங்களையும் பெறுவது பிச்சையெடுப்பதைவிட மானக்கேடான செயல் என்று கருதும் மனப்பான்மையை மற்ற பொதுமக்கள் அனைவரும் தங்கள் வாழ்வியாலாக மாற்றிக்கொள்ள வேண்டும்...

அத்தியாயம் 23

வழக்கு விசாரணை முடிந்து நீதியரசர் தீர்ப்பினை வழங்கிய பின், கமலமும் ஆறுமுகமும் சென்னையிலிருந்து புறப்பட்டுச் செய்யார் வந்துவிட்டனர்.

பின்னர், முன்பு வேலை செய்துகொண்டிருந்த பலசரக்குக் கடையில் ஆறுமுகமும் கமலமும் திரும்பவும் வேலை செய்ய ஆரம்பித்தனர்.

திரும்பவும் இங்கே வந்து ஏன் வேலை செய்கிறீர்கள், பிள்ளைகள் பெற்றவர்களுக்குப் பணம் கொடுத்தாக வேண்டும் என்று அரசாணை வந்துவிட்டதே என்று கடை முதலாளி கேட்டார்.

பிள்ளைகள் பணம் அனுப்புகிறார்கள். நாங்கள் அதைப் பயன்படுத்திக்கொள்ள விரும்பவில்லை என்றனர் ஆறுமுகமும் கமலமும்.

பிச்சை எடுப்பதுகூட இழிவென்று ஏனெனில், பிச்சை போடுபவர் பிச்சை அளிக்கவேண்டும் என்று விரும்பித்தான் ஒருவருக்குப் பிச்சை அளிக்கிறார். அதேபோல் பிச்சை பெறுபவரும் விரும்பித்தான் அப்பிச்சையைப் பெற்றுக் கொள்கிறார்.

ஆனால்,

ஒருவர் தன் விருப்பமில்லாமல், ஆனால் கட்டாயத்தினால் ஒன்றை மற்றவருக்குத் தருவதை/செய்வதை அந்த மற்றவரும் விருப்பமில்லாமல், ஆனால் வேறு வழியின்றிப் பெற்றுக்கொள்வது/ஏற்றுக்கொள்வது தான் வாழ்வின் இழிநிலையின் உச்சம்.

எங்கள் பிள்ளைகள் அவர்களின் விருப்பமில்லாமல் அரசாங்க உத்தரவு எனும் கட்டாயத்தினால் தரும் பணத்தை வாங்கும் இழிநிலையை நானும் கமலமும் அடைய விரும்பவில்லை என்றார் ஆறுமுகம். எங்கள் காலத்திற்குப் பின், அவர்களே அதை எடுத்துக்கொள்ளட்டுமென கூறினார்கள்.

உங்களிடம் நாங்கள் ஒரு உதவி கேட்போம் அதை நீங்களும் உங்கள் குடும்பமும் நிறைவேற்றித் தரவேண்டும்.

நீங்கள் கொடுக்கும் சம்பளத்தில் கொஞ்சம் எங்களின் இறப்புச் செலவிற்காகக் கணக்கில் வைத்துக்கொள்ளுங்கள். என்றாவது நாங்கள் இறக்கையில் அதற்கு ஆகும் செலவினை அந்தப் பணத்திலிருந்து செய்யுங்கள். எங்கள் பிள்ளைகளுக்கு எங்கள் இறப்பு பற்றித் தெரிவிக்கவும் வேண்டாம். அப்படியே எங்கள் இறப்பு தெரிந்து வந்தாலும், அவர்கள் எங்களுக்கு எந்தச்செலவுகளையும் சடங்குகளையும் செய்யக்கூடாது. அதற்கு அவர்களுக்கு எந்தத் தகுதியும் கிடையாது. இதை நீங்களும் உங்கள் குடும்பமும் உறுதியாக நிறைவேற்ற வேண்டும் என்று கூறினர். இதை அப்படியே ஒரு பதிவுப்பத்திரத்தில் ஆறுமுகம் எழுதினார். அதில் ஆறுமுகமும் கமலமும் கையெழுத்திட்டு முதலாளியிடம் ஒப்படைத்தனர். அருகிலிருந்த தெரிந்தவர்கள் இருவர் சாட்சிகளாகக் கையெழுத்திட்டுக் கொடுத்தனர்.

முதலாளி இவர்களின் துயரங்கள் அனைத்தையும் அறிந்தவர் ஆதலால் தடை ஏதும் கூறாமல் வாங்கிக் கொண்டார். முதலாளி தன் குடும்பத்தாரிடமும் இதைப்பற்றிக் கூறி அவர்களிடம் உறுதி வாங்கிக்கொண்டார்.

அத்தியாயம் 24

தீர்ப்பினை அரசு சட்டமாக்கி வெளியிட்டபின், கமலமும் ஆறுமுகமும் அரசாணையை அரசு அலுவலகத்திலிருந்து வாங்கி வந்தார்கள். பிள்ளைகள் மூவருக்கும் ஒரு கடிதத்தை எழுதி அதனுடன் அரசாணையை இணைத்தனர். அதில்

உயர்திரு டாக்டர் திரு. நடராசன் அவர்களுக்கு,

எங்களுக்கு மகனாய் வந்து பிறந்ததற்கு நன்றி. அதற்கான எங்களின் அன்புப் பரிசு தான் இவ்வரசாணை. எதிர்காலத்தில் எங்களைப்போல் உங்களுக்கு ஒரு நிலை வராது, வரவும் கூடாது, எனினும், அப்படி ஒரு நிலைமை வந்தாலும், இவ்வரசாணை உங்களுக்குத் தக்க பாதுகாப்பு அளிக்கும்.

உங்கள் வாழ்வில் சிரமங்களை நாங்கள் ஏற்படுத்தியிருந்தால் மன்னிக்கவும்.

வாழ்க வளமுடன் - வாழ்த்த தகுதியில்லை என்றாலும்

ஆறுமுகம் மற்றும் கமலம்.

குறிப்பு:

இதனுடன் உயர்திரு கோபால் அவர்களுக்கும் மற்றும் டாக்டர் திருமதி தமிழரசி அவர்களுக்கும் இதேபோல் ஒரு கடிதத்தை எழுதியுள்ளோம். அவர்களின் தற்போதைய முகவரி எங்களுக்குத் தெரியாது, அதனால் அவர்கள் உங்களோடு தொடர்பிலிருந்தால் அவர்கள் முகவரிக்கு அனுப்பி வைக்கவும். சிரமத்திற்கு மன்னிக்கவும். தொடர்பில் இல்லாமல் இருந்தால் என்றாவது அவர்களைச் சந்திக்கும் வாய்ப்பு கிடைத்தால் அவர்களிடம் சேர்க்கவும். நன்றி.

இக்கடிதத்தை இரண்டாவது பிள்ளைக்கு கொரியரில் அனுப்பினார் ஆறுமுகம்.

முடிவுரை

இன்பத்தை இரண்டு வகையாக நம் முன்னோர்கள் பிரித்து வைத்துள்ளார்கள்.

1. பேரின்பம்

2. சிற்றின்பம்

பொதுவாக, பேரின்பம் என்பது இறைவன் திருவடியை அடைவதால் அடைகின்ற இன்பத்தையும், சிற்றின்பம் என்பது ஐம்புலன்களால் உண்டாகக்கூடிய இன்பத்தையும் குறிக்கும்.

இக்காலத்திற்கேற்ப, பேரின்பம் என்பதனை வாழ்வின் இலக்குகளை, கனவுகளை அடைந்த பிறகு கிடைக்கும் இன்பத்தை எடுத்துக்கொள்ளலாம்.

வாழ்வின் இலக்குகள் எடுத்துக்காட்டாக

- குடும்பம் அல்லது சமூகம் அல்லது நாட்டின் அமைதிக்காகப் பாடுபட்டு அடைதல்

- குடும்ப உறவுகளின் துன்பங்களைக் களைதல்

- குடும்ப உறவுகளுக்கிடையேயான ஈர்ப்புசக்தியையும் அன்பையும் மேம்படுத்தப் பாடுபடுதல்

- குடும்ப உறவுகளின் வாழ்வைச் செம்மையாய் இருக்கவைக்கச் செயல்படுதல்

- தன்னலமற்ற மனநிலை அடைதல்

- பிறரை மகிழ்வித்து மகிழ்தல்

- வாழ்வில் உயர்நிலை அடைதல்

- தன் மனம் மற்றும் குணங்களைக் கட்டுப்படுத்துதல்

- தன்னையும் வாழ்வையும் உயர்த்திக்கொள்ள தேவையானவற்றை அடைய செயல்படுதல்

இவைகளை அடைய வேண்டுமானால் பல இன்னல்களை, துன்பங்களை, அவதூறுகளை, அவமதிப்புகளைப் பலமுறை கடந்த பிறகு தான் அடையமுடியும்.

அதாவது துன்பங்களின் முடிவில் கிடைப்பது - பேரின்பம்.

சிற்றின்பம் எடுத்துக்காட்டு

- குடும்பத்தில் ஒருவருக்கொருவரிடையில் கலகத்தை ஏற்படுத்துவதில் இன்பம் அடைவது

- உறவுகளைத் துன்புறுத்தி அடையும் இன்பம்

- உறவுகளின் வறுமையைக் கண்டு ஏளனப்படுத்தி இன்பம் அடைவது

- பிள்ளைகளைத் துன்புறுத்துவதில் இன்பம் அடைவது

- பெற்றவர்களை அவமதிப்பதில் இன்பம் அடைவது

- மருமகளை இழிவுபடுத்தலில் இன்பம் அடைவது

- மாமனார், மாமியாரைக் கொடுமைப்படுத்தி இன்பம் அடைவது

- பிறர்பொருளைப் பறிப்பதில் இன்பம் அடைவது

- சினம் கொண்டு பிறரைத் துன்புறுத்திய பிறகு கிடைக்கும் இன்பம்

- மற்றவரை ஏமாற்றுவதால் பெறும் இன்பம்

- பிற உயிர்களைக் கொல்வதால் ஏற்படும் இன்பம்

- பிறருக்குத் தண்டனை கொடுப்பதால் ஏற்படுகின்ற இன்பம்

- கள் குடிப்பதால் கிடைக்கப்பெறும் இன்பம்

- புகைப்பிடிப்பதால் வரும் இன்பம்

இவை உடனடி இன்பத்தைக் கொடுக்கும். ஆனால் இவை தொடர் நிகழ்வாகும் போது கடைசியில் இவர்களுக்குக் கிடைக்கப்போவது துன்பம் மட்டும் தான்.

அதாவது உடனடி சிற்றின்பங்களின் முடிவில் கிடைப்பது - துன்பம்.

இப்படிப்பட்ட சிலரின் சிற்றின்பங்களின் முடிவில் அவருக்குத் துன்பம் கிடைத்தாலும், அதற்கு முன் பாதிக்கப்படுவது அவரது

குடும்பமும் குடும்ப உறுப்பினர்களில் ஒருவரோ அல்லது பலரோ அல்லது அனைவருமோ தான்,

குடும்ப உறுப்பினர்களில் ஒருவரின் அல்லது பலரின் அல்லது அனைவரின், தான் எனும் அதிகாரப் பற்று மற்றும் தனது எனும் பொருள் பற்று ஆகியவற்றினால் உண்டாகும் தன்முனைப்பு தான் இந்தச் சிற்றின்பச் செயல்களில் ஈடுபடுவதற்குக் காரணமாக அமைகிறது. அந்தத் தன்முனைப்பின் விளைவாக அவர்களுக்கு ஏற்படும் ஆறு குணங்கள்

1. பேராசை

2. கடும்பற்று

3. சினம்

4. உயர்வு தாழ்வு மனப்பான்மை

5. முறையற்ற பால் கவர்ச்சி

6. வஞ்சம்

ஆகியவையென அருட்தந்தை வேதாத்திரி மகரிசி கூறுகிறார்.

இக்குணங்களில் சிலவற்றையோ அல்லது பலவற்றையோ அல்லது அனைத்தையும் ஒரு குடும்பத்தில் ஒருவர் பெற்றிருந்தால் அந்தக் குடும்பத்திற்குத் துன்பங்களும் பிரச்சனைகளும் உண்டாகி, சமயங்களில் குடும்பமே நிலை குலைந்து போகும் நிலைமையும் ஏற்படுகிறது.

அக்குடும்பத்தில் இக்குணங்களைச் செயல்படுத்திய அவருக்கு இன்பம் கிடைத்துவிட்டதாக அவர் எண்ணிக்கொள்கிறார். அவரின் செயலின் விளைவால் அக்குடும்பத்திலுள்ள மற்றவர்கள் துன்பமுற்றும் அமைதியற்றும் வாழவேண்டிய சூழல் ஏற்படுகிறது. இவ்வாறு, தான் ஒரு சூழல் ஏற்படக் காரணமாக அமைந்துவிட்டோமே என உணர்ந்துகொள்ளும் மனநிலையில் இல்லாமல், மற்றவர்களைத் துன்பத்தில் ஆழ்த்திவிட்டோம் எனும் மகிழ்ச்சி அவருக்கு மேலோங்கி நிற்கும்வரை அக்குடும்பத்தில் அமைதி நிலவுவது கடினம்.

ஒருவரின் செயல்களாலேயே இந்நிலை ஏற்படும் என்றால் குடும்பத்தில் பலரும் அல்லது அனைவரும் இக்குணங்களின் கட்டுப்பாட்டிலிருந்து செயல்பட்டால் அக்குடும்பத்தின் நிலை எவ்வாறு இருக்கும் - நிலைகுலைந்தும் சிதறியும் போயிருக்கும்.

இவை மட்டுமல்லாமல், குடும்பத்தில் உள்ளவர்கள் அனைவரும் தாங்கள் தான், (தன்முனைப்பின் காரணமாய்) குடும்பச் சுமை அனைத்தையும் சுமந்து கொண்டுள்ளோம் என ஒவ்வொருவரும் நினைத்துக்கொள்கிறார்கள்.. தாங்கள் இல்லை என்றால் தங்கள் குடும்பம் நிர்க்கதியாய் நிற்கும் என்று ஒவ்வொருவரும் நினைக்கின்றனர்

குடும்பத்தலைவன் தான்தான் சம்பாதித்து குடும்பத்தைக் காப்பாற்றி வருகிறேன் அதனால் தன் சுமை தான் அதிகம் என்று நினைத்துக்கொண்டு குடும்ப உறுப்பினர்கள் தனக்கு அடங்கி நடக்க வேண்டும் என்று நினைக்கிறார்.

குடும்பத்தலைவி வேலைக்குச் சென்றுகொண்டும், வீட்டு வேலைகளையும் செய்துகொண்டு, குடும்பத்தைக் கட்டுக்கோப்பாக நடத்தி வருவதாக நினைத்துக்கொண்டு தன்னிடம் அன்பாகவும் மரியாதையுடனும் நடந்து கொள்ளவேண்டும் என்று நினைக்கிறார்.

பிள்ளைகள், பெற்றவர்களை விட தாங்கள் அதிகம் படித்து இருக்கிறோம், நல்ல நிறுவனத்தில் வேலை செய்கிறோம், உயர் பதவியிலிருந்து நிறையச் சம்பாதிக்கிறோம், தங்களுக்குத்தான் அறிவு அதிகம் என நினைத்துக்கொண்டு அனைவரும் தாங்கள் கூறும் அனைத்தையும் மறுக்காமல் அப்படியே ஒப்புக்கொள்ள வேண்டுமென நினைக்கின்றனர்

வீட்டிற்கு வந்த மருமகள்கள் தங்கள் கணவர்கள்தான் அதிகம் சம்பாதிக்கிறார்கள் மேலும், தாங்களும் சம்பாதிப்பதால் தங்களுக்கு உரிய உயரிய இடத்தைக் கொடுக்க வேண்டும் என்றும், தங்களை எந்தவிதத்திலும் கேள்விகளும் கேட்கக்கூடாது என்றும் தங்களின் உரிமைகளைப் பறிக்கக்கூடாது என்றும், தங்களுக்கு நிறைய உரிமைகள் கொடுக்க வேண்டும் என்றும், தனிமை வேண்டும் என்றும் நினைக்கின்றனர்.

வீட்டிற்கு வந்த மருமகன்கள் தாங்கள்தான் அந்த வீட்டின் கௌரவம். தங்களுக்குத்தான் எல்லா உரிமைகளையும் முதலில் தர வேண்டும் என்றும், தாங்கள் கூறுவதையும், கேட்பதையும் மறுக்கக்கூடாது என்று நினைத்துக் கொள்கிறார்கள்.

படிக்கின்ற பிள்ளைகளும் தங்களுக்குத்தான் உலக அறிவு அதிகம் என்றும் தாங்கள் எல்லா விஷயங்களிலும் சிறந்தவர்கள் என்றும் மற்றவர்களுக்கெல்லாம் எதுவும் தெரியாது என

நினைத்து மற்றவர்களை இழிவாக எண்ணி வாழ்கின்ற மனநிலை உள்ளவர்களாக வாழ்கிறார்கள்.

இப்படி ஒவ்வொருவரும் ஒவ்வொரு விதத்தில் தன்முனைப்புடன் வாழ்கிறார்கள்.

குடும்பச் சுமையைச் சுமப்பதால் சிரமப்படுகிறோம் என நினைப்பவர்கள் அந்தச் சுமையை எங்களிடம் கொடுங்கள் என்று மற்றவர்கள் கேட்டால், கொடுக்க மாட்டார்கள், ஏனெனில் அதைக் கொடுத்துவிட்டால் தங்கள் மரியாதை குறைந்து விடும் என்ற பயம்.

ஆனால், அந்தப் பொறுப்பை மற்றவர்களோடு பகிர்ந்து கொடுத்தால் ஒவ்வொருவருக்கும் அந்தச் சுமையின் வலி தெரியும். வலியை உணரும்போது குடும்ப உறுப்பினர்களின் தன்முனைப்பு குறைய ஆரம்பிக்கும். தன்முனைப்பு குறைந்தால் குடும்பத்தில் பிரச்சனைகள் குறையும்.

மற்றொரு விஷயம் என்னவென்றால், ஒருவரின் சுமையை மற்றவர்களுக்கு எப்படிப் பிரித்துக்கொடுப்பது என்பது அந்தச் சுமையைச் சுமப்பவருக்குத் தெரியாமல் போவது அல்லது அவர் கொடுத்தாலும் அதை மற்றவர்களுக்கு ஏற்றுக்கொள்வதற்குத் தயக்கம் அல்லது பயம். ஏனெனில் அந்தச் சிரமங்களைத் தாங்கிக்கொள்ளக்கூடிய மனப்பக்குவமின்மை அல்லது சோம்பேறித்தனத்தின் விளைவு.

ஒவ்வொருவரும் ஒவ்வொருவரின் சுமையிலிருந்து சிறிது சிறிதாகப் பிரித்து எடுத்துக்கொண்டு கூட்டாகக் குடும்பத்தின் சுமைகளை அனைவரும் சுமக்கும் போது சுமைகளின் தன்மை இலகுவாகிவிடும். ஏனெனில் அனைத்துச் சுமைகளும் ஒரே மாதிரியான சுமைகளாக இருக்கப்போவதில்லை. ஒரு சுமை கடினமாகவும், ஒரு சுமை இடைநிலையாகவும், மற்றொரு சுமை இலகுவாகவும் இருக்கும். இவ்வாறு செய்யும் போது, சுமைகளின் அளவு ஒரு சமநிலையை அடையும் போது அனைவராலும் இலகுவாகச் சுமந்து விட முடியும்.

கூட்டு முயற்சியில் வெற்றி அடையும் போது அந்த வெற்றி அனைவருக்கும் பொதுவானதாக ஆகிவிடும். அதனால், ஒருவர் மட்டும் வெற்றியைத் தனது உரிமையாக்கிக் கொள்ளமுடியாது. அனைவருக்கும் உரிமையானதாகிவிடும்.

இவ்வாறு தன்முனைப்பற்று ஒவ்வொரு குடும்ப உறுப்பினரும் ஒன்றுபட்டுச் செயல்பட வேண்டுமெனில்,

அனைவரும் தன்முனைப்பு ஏற்படக் காரணமான குணங்களான

1. பேராசை

2. சினம்

3. குடும்பற்று

4. உயர்வு தாழ்வு மனப்பான்மை

5. முறையற்ற பால் கவர்ச்சி

6. வஞ்சம்

7. ஆகியவற்றை

1A. நிறை மனம்

2A. சகிப்புத்தன்மை

3A. ஈகை

4A. நேர்நிறை உணர்வு

5A. கற்புநெறி

6A. மன்னிப்பு

(நன்றி - அருட்தந்தை வேதாத்திரி மகரிசி)

ஆகிய நிறைகுணங்களாகச் சீரமைத்துக் கொண்டால் முடியும்.

இவ்வாறு, தன்முனைப்பற்ற கூட்டுமுயற்சியால் பெற்ற வெற்றியை அனைவரும் கொண்டாடும் போது குடும்பத்தில் மகிழ்ச்சி பொங்கும் மற்றும் அம்மகிழ்ச்சி தொடர்ந்து நீடிக்கும்.

இந்த வெற்றியை அடைய வேண்டுமானால் குடும்பத்தில் அனைவரும் பேரின்ப எடுத்துக்காட்டுகளை இலக்காக எடுத்துக்கொண்டு செயல்பட வேண்டும்.

தன்முனைப்பு மட்டுமல்லாமல், குடும்பத்திற்குள் குழப்பங்கள், உரசல்கள், மனக்கசப்புகள், சண்டைகள் எற்படுத்தகூடிய காரணங்களாக

♦ எதிர்பார்ப்புகள்

♦ அன்பின்மை

♦ புரிதலின்மை

- நம்பிக்கையின்மை

- பொறுமையின்மை/பொறாமை

- சகிப்புத்தன்மையின்மை/விட்டுக்கொடுத்தலின்மை

- தன்னலம்

- கவலை

அமைகின்றன. இவைகளைத் தவிர்த்துவிட்டு, ஈர்ப்பு சக்தியும், அன்பு சக்தியும், ஒருவருக்கொருவர் உதவிடும் நற்குணம் மிக்கவர்களாகவும் வாழ்தலைத் தங்கள் வாழ்வியல் முறையாக மாற்றிக்கொண்டால் குடும்பத்தில் நிகழும்

- இணையர்களுக்கு இடையேயான குழப்பங்கள்

- பெற்றவர்களுக்கும் பிள்ளைகளுக்கும் இடையேயான மனவருத்தங்கள்

- உடன்பிறந்தவர்களுக்கு இடையேயான உரசல்கள்

- குடும்ப உறுப்பினர்களுக்கும் பிள்ளைகளின் இணையர்களுக்கும் இடையேயான சச்சரவுகள்

நீங்கி குடும்பம் அன்பின் உறைவிடமாய் மாறும்.

அதனால்,

- பெற்றவர்கள் வயது முதிர்ந்த காலத்தில் பிள்ளைகளிடமிருந்து எவ்வித உதவியும் கிடைக்காமல் தவிப்பது தவிர்க்கப்படும்.

- வயதான பெற்றவர்கள் யாருமின்றி தனிமையிலும், முதியோர் இல்லங்களிலும், அனாதை இல்லங்களிலும், நடைபாதைகளிலும், பிச்சைக்காரர்களாகவும் வாழும் நிலை மாறும்.

- வேலைக்குச் செல்லும் இணையர்களின் பிள்ளைகள் மழலையர் பாதுகாப்பகங்களிலும் அல்லது குழந்தை வளர்ப்பவர்களிடம் வளர்வது தவிர்க்கப்பட்டு தாத்தா பாட்டியின் அரவணைப்பில் வளரும் சூழல் ஏற்படும்.

- இணையருக்குள் திருமண முறிவும், அதன் பின் நடைபெறும் மறுமணத்தினால் பிள்ளைகள் அனாதைகள் ஆவதும் தவிர்க்கப்படும்.

முன் கூறியுள்ள காரணங்களினால் குடும்பத்தில் ஏற்படும் பிரச்சனைகளை அறிந்துணர்ந்தால் அவ்விதமான குணங்களை நாம் தவிர்க்க முற்படுவோம்.

எதிர்பார்ப்புகள்:

குடும்ப உறவுகளுக்குள் பிரச்சனைகள் ஏற்பட முக்கிய காரணங்களில் ஒன்று எதிர்பார்ப்பு ஆகும்.

பெரும்பாலும் உறவுகள் அனைவருக்கும், மற்ற உறவுகள் எல்லோரிடத்திலும். எல்லா நேரங்களிலும், எங்கும், எல்லாச் செயல்களிலும்/எண்ணங்களிலும்/சொற்களிலும் ஒரு எதிர்பார்ப்பு இருந்துகொண்டே இருக்கிறது.

இந்தப் எதிர்பார்ப்பு நிறைவேறாத போது எதிர்பார்த்தவர்

- ஏமாற்றப்பட்டதாக நினைக்கிறார்
- தன்னை தாழ்வாக எண்ணிக்கொள்கிறார்
- தன்னிடத்தில் அன்பாக இல்லை அல்லது அன்பு குறைந்துவிட்டது என நினைக்கிறார்
- தன்னை விட்டுப் பிரிந்து செல்வதாகக் கருதுகிறார்.
- வருத்தம் அடைகிறார்
- கோபம் கொள்கிறார்.
- வஞ்சம் கொள்கிறார்

எதிர்பார்த்தவர் இப்படிக் கருத ஆரம்பிப்பதால், தன் எதிர்பார்ப்பை நிறைவேற்றாதவரிடம் பழகும் விதத்தில் ஏற்படுத்திக்கொள்ளும் மாற்றங்கள்.

கருதிக்கொள்ளும் விதம்	பழகும் விதத்தில் ஏற்படுத்திக்கொள்ளும் மாற்றம்
ஏமாற்றப்பட்டதாக நினைத்தல்	பழகும் விதத்தில் தயக்கம் ஏற்படுத்திக் கொள்ளுதல்
தாழ்வாக நினைத்துக் கொள்ளுதல்	ஒதுங்கிச் செல்லுதல் அல்லது தன்னை உயர்த்திக்கொள்ள முயலுதல்

அன்பாக இல்லை/ அன்பு குறைகிறது/ குறைந்துவிட்டது என நினைத்தல்	அன்பிற்காக ஏங்குதல்/ சண்டையிடுதல்/ வேறு அன்பானவரைத் தேடுதல்
தன்னை விட்டுப் பிரிந்து செல்வதாக நினைத்தல்	ஒதுங்கி விடுதல் அல்லது விதி என்று அமைதியாய் இருத்தல் அல்லது தன்பால் இழுக்க முயலுதல்
வருத்தமடைதல்	தன் எதிர்பார்ப்பை நிறைவேற்றும் வரை/மன்னிப்பு கேட்கும் வரை உறவைத் தவிர்த்தல்
கோபம் கொள்வது	பேச மறுப்பது அல்லது பேசுவதைக் குறைத்துக்கொள்வது
வஞ்சம் கொள்வது	தக்க நேரத்திற்காகக் காத்திருந்து பழி வாங்குதல்

எவராலும் எல்லா நேரங்களிலும் ஒருவருடைய அல்லது பலருடைய எதிர்பார்ப்புகளை எதிர்பார்த்த விதத்தில் நிறைவேற்ற முடியாது என்பதை எதிர்பார்ப்பவர்கள் புரிந்து கொள்ளும்வரை குழப்பங்கள் தொடரும் மற்றும் உறவுகளுக்குள் விரிசல் வளரும்.

ஆனால், எதிர்பார்ப்பினை நிறைவேற்றாதவர் எதிர்பார்த்தவரிடம் ஏன் தன்னால் செய்ய முடியவில்லை அல்லது ஏன் குறைவாகத்தான் செய்ய முடிந்தது என்பதை எவ்விதப் பொய் கலப்புமின்றி மெய்யான விளக்கத்தை எதிர்பார்த்தவர்கள் புரிந்துகொள்ளும் வகையில் பொறுமையாகவும் தெளிவாகவும் கூறினால், எதிர்பார்த்தவர்கள் நல்லுறவுடன் பழக வாய்ப்புகள் அதிகம்.

உங்களின் உண்மையான இயலாமையை எடுத்துக்கூறியும் எதிர்பார்த்தவர் புரிந்துகொள்ளவில்லை என்றால் அவர் பேராசை கொண்டவராக இருக்கிறார் என்று அர்த்தம். அவருக்கு நீங்கள் எவ்வளவு செய்தாலும் குறை சொல்வார். திருப்தி அடையமாட்டார். உங்கள் மீது கோபப்பட்டுக் கொண்டேதான் இருப்பார். அதனால் இது போன்றவர்களைப் பற்றி அதிகம் கவலைப்படத் தேவையில்லை. உங்களால் முடியுமென்றால் எதிர்பார்த்தவரின் எதிர்பார்ப்பு உண்மையானதாகவும் மிகவும்

தேவையானதாகவும் இருந்தால் அதை நிறைவேற்றித் தர முயலவேண்டும்.

சிலரிடம் வசதி இருந்தாலும் தங்களிடம் உதவி கேட்ட உறவுக்கு வேண்டுமென்றே அதைச் செய்யாமல் இருப்பார்கள் அல்லது ஒவ்வொரு முறை உதவி கேட்கும்போதும் செய்ய மறுப்பார்கள் அல்லது தவிர்ப்பார்கள். அவருக்கு அவ்வுறவு மீது அன்பு இல்லை என்பதைப் புரிந்து கொண்டு அவரிடம் இனி எப்பொழுதும் உதவி கேட்பதை அவ்வுறவு தவிர்க்க வேண்டும்.

இன்றைய காலகட்டத்தில் பெரும்பாலான பெற்றவர்கள், பிள்ளைகள், வந்த உறவுகள் (மருமகன்/மருமகள்) அனைவருக்குள்ளும் ஒருவருக்கு உதவிகள் செய்தால் தனக்கு நன்மை கிடைக்குமா இல்லையா என்பதை அறிந்த பிறகு தான் உதவி செய்கிறார்கள் அல்லது நன்மை கிடைக்கும் என்கிற எதிர்பார்ப்பால்தான் உதவி புரிகிறார்கள்.

நன்மை கிடைக்காது என்கிற போது உதவிபுரிய மனமில்லாமல் ஏதோ சில காரணங்களைக் கூறித் தவிர்த்து விடுகிறார்கள். இவற்றால் உறவுகளுக்குள் பாதிப்பு உருவாகிறது.

ஒருவரிடத்தில் எதிர்பார்ப்பு என்கிற ஒன்று தலை எடுக்கும் போது தான் பிரச்சனைகள் ஏற்படுகிறது.

தன் கணவன், தன் மனைவி

தன் பிள்ளை, தன் பெற்றோர்

தன் அண்ணன், தன் அக்கா

தன் தம்பி, தன் தங்கை

தன் மருமகள், தன் மருமகன்

தன் மாமனார், தன் மாமியார்

தனக்குத்தான் உதவிபுரியவேண்டும்/தனக்குத்தான் அனைத்திலும் முன்னுரிமை தரவேண்டும் மற்றும் தன்னிடத்தில் மட்டும்தான் அன்பானவராய் இருக்கவேண்டும் என்று எதிர்பார்க்கிறார்கள். மற்றவர்களிடத்தில் அன்பாக இருந்தால் அல்லது உதவி புரிந்தால் அதற்கு ஏதோ ஒரு விதத்தில் எதிர்வினையாற்றுவார்கள்.

பெற்றோர்கள் தங்கள் பிள்ளைகளுக்குள் வேறுபடுத்தி/ பாகுபாடு பார்க்கும் நிலையும் உள்ளது.

ஏனெனில்

- ஒரு பிள்ளையால் மட்டும் தமக்கு நன்மை ஏற்படும் என்று பெற்றோர்கள் நம்பிக்கை கொள்வதால்

- ஒரு பிள்ளை மீதான அதிக அன்பினாலும்

- மற்றொரு பிள்ளை மீதான வெறுப்பினால்/அன்பு குறைவினால்

பாகுபாடு எண்ணம் உருவாகிறது.

இந்த பாகுபாட்டு குணத்தினால், தங்கள் குழந்தைகளுக்குள் ஆண் மற்றம் பெண் என பிரித்துப் பார்த்து, படிப்பதில், வேலை வாங்கித் தருவதில், உயில் எழுதுவதில், திருமணம் ஆகியவற்றில் தங்களுக்கு பிடித்த குழந்தைக்கு நிறைய நன்மையாகவும் பிடிக்காத குழந்தைக்கு எதையும் சரியாக செய்யாமல் விடுவதும் நடக்கிறது.

பெற்றோரின் இந்தப் பாகுபாடு மனப்பான்மையால் பாதிக்கப்பட்ட பிள்ளை பெற்றோரை வெறுப்பது நடக்கிறது.

இந்தப் பாகுபாட்டினைப் பெற்றவர்கள் தங்கள் மரணச்சடங்கு விஷயத்தில் கூடக் காட்டுகிறார்கள். தங்களுக்குப் பிடித்த பிள்ளைதான் சடங்குகளைச் செய்யவேண்டும் என்று பல வருடங்களுக்கு முன்பே தங்களின் கட்டளை போல் சிலர் கூறுவதும் ஒருவித எதிர்பார்ப்பு தான். பெற்றவர்களின் இந்தப் எதிர்பார்ப்பினால் மற்ற பிள்ளைக்குப் பெற்றவர்கள் மீது அன்பு குறையக் காரணமாகிறது அதன் விளைவாகப் பெற்றவர்களுக்குத் தேவையான உதவிகளைச் செய்ய அவர் மறுப்பது/குறைவாகச் செய்வது போன்றவை நடக்கிறது.

கடமையைச் செய் பலனை எதிர் பார் என்பது இன்றைய மக்களின் உள்ளக்கிடக்கையாக உள்ளது. இது பல இடங்களில் பொருந்தினாலும் நெருங்கிய உறவுகளுக்குள் தாங்கள் செய்ய வேண்டிய செயல்களை அன்பினால் செய்யாமல் கடமைக்காகச் செய்துவிட்டு அதற்கான பலனை உதவி பெற்றவரிடமிருந்து எதிர்பார்க்கும் போது, அந்தப் பலன் கிடைக்காத போது, உறவுகளுக்குள் இடைவெளி ஏற்படுகிறது.

ஒரு உறவின் எண்ணம், சொல், செயல் பற்றி வேறு இரு உறவுகள் புறம் பேசுவதும் அவதூறு பேசுவதும் நடப்பதனாலும் உறவுகள் கெடுகின்றன.

யாரெல்லாம் எவரிடத்திலும் எதிலும் எதிர்பார்ப்புகளற்று வாழ்கிறார்களோ அவர்கள் அனைவரிடமும் ஒரே விதமாக நடந்து கொள்வார்கள், பழகுவார்கள் மற்றும் செயல்படுவார்கள்.

புரிதலின்மை:

குடும்ப உறவுகளுக்குள் புரிதலின்மை என்பதும் ஒரு பொதுவான குறைபாடாகும்.

கணவன் மனைவிக்குள்ளும் புரிதலின்மை மிகவும் சாதாரணமாக எல்லா வீடுகளிலும் காணப்படும் ஒரு செயல்.

இதில் திருமணமாகிய முதல் மூன்று முதல் ஆறு மாதங்களுக்குக் குறைகள் அவ்வளவாகத் தெரிவதில்லை ஏனெனில் அது ஒரு தேனிலவுக் காலமாக இருந்துவிடுகிறது. அத்தருணத்தில் இருவரும் ஒரு கள்ளப்பணிவுடன் மிகுந்த அன்பு கொண்ட இணையர்கள் போலவும் வாழ்வை வாழ்ந்து கொண்டிருப்பார்கள்.

இந்த ஆறு மாதங்கள் கடந்து போக ஆரம்பித்தவுடன்தான் இணையர்களின் உண்மையான குணம் வெளிப்பட ஆரம்பிக்கும். இந்த ஆறு மாதங்களுக்குப் பிறகும் இணையர்களுக்குள் அன்பு தொடர்ந்து நீடித்தால் அவர்களுக்குள் நல்ல புரிதல் உண்டாகி உள்ளது என்பதை அவர்களால் புரிந்து கொள்ள முடியும்.

ஆனால், சிறுசிறு பிரச்சனைகள் வர ஆரம்பித்தால் அங்கே புரிதலின்மையும் அன்பும் குறைவாக உள்ளது என இணையர்களுக்கு அறியும் திறன் இருந்தால், குறையை அறிந்துணர்ந்து மாற்றிக்கொள்ளப் பழகி, அன்பை உயர்த்திக்கொள்ளலாம். இல்லையெனில் அவர்களுக்குள் தொடர்ந்து புரிதலின்மை அதிகரித்து அன்பு குறைந்து தினம் பிரச்சனைகள் உருவாக ஆரம்பிக்கும்.

ஆண்டுகள் பலவான பிறகும் இது தொடர்ந்தால் இணையர் இருவரும் தங்களைப் புரிந்துகொள்ள முயலவேயில்லை என்பது அர்த்தம்..

இதேபோல்தான், மாமனார், மாமியார், மருமகன், மருமகள், மைத்துனன், மைத்துனி ஆகிய உறவுகளுக்குள்ளும் நடைபெறும். ஆறுமாதங்களுக்குப் பின்பு தான் அவரவருடைய உண்மையான குணம் வெளிப்படும்.

பெற்றவர்களுக்கும் பிள்ளைகளுக்கும் கூடப் புரிதலின்மை ஏற்படும். ஆனால் ஒரு வித்தியாசம், பிள்ளைகள் தாங்கள் வளர்ந்து ஆளாகும் வரை தங்கள் பெற்றோரிடம் கள்ளப்பணிவைத் தொடர்ந்து கொண்டிருப்பார்கள். பெற்றோரின் தேவை தேவையில்லை என்ற நிலை வரும்போதுதான் அவர்களின் அன்பின்மை குணம் வெளிப்படும்.

அன்பின்மை:

தன் இணையரின் குணத்தைப் புரிந்து வைத்திருந்தபோதும் அவர் மீதான அன்பின்மையால் அவரின் சிறிய தவறான செயலுக்கும் கோபித்துக் கொள்வது பொதுவாக நடக்கிறது.

அன்பின்மையால் புரிதலிருந்தும் எதிர்பார்ப்புகள் நிறைவேற்றப்படாததால் உறவுகள் விலகிச் செல்கின்றன.

- சிலருக்குச் சிலரின் மீது இயற்கையாகவே அன்பின்மை உண்டாகிறது. அதற்குக் காரணங்களைச் சொல்ல முடிவதில்லை.

- சிலரின் உருவ அமைப்பு, பண்பு, மனப்பான்மை, செயல்பாடுகள், உடல்மொழி, போன்றவை மற்றவருக்கு அவரின் மீது அன்பின்மை ஏற்படக் காரணமாக அமைகிறது.

மேற்கூறிய இரண்டு விஷயங்களும் அன்பு அதிகமாவதற்கும் உதவுகிறது. அது ஒரு தனிப்பட்ட மனிதரின் மனநிலை, காலநிலை, சூழல், உறவு ஆகியவற்றைப் பொறுத்து அமைகிறது.

பெற்றவர்களுக்குப் பிள்ளைகளிடம் அன்பின்மைக்கு முக்கிய காரணங்கள்

- தாங்கள் விரும்பாதபோதும்/விரும்பாத பாலின/விரும்பாத நிறக் குழந்தை/மாற்றுத்திறனோடு பிறந்ததால், அந்தக் குழந்தை மீது அன்பு குறைவு ஏற்படுகிறது.

- அக்குழந்தை அல்லது பொதுவாகக் குழந்தைகள் வளர வளர அவர்களின் எதிர்பார்ப்பு அதிகமாவதால் அதை நிறைவேற்ற முடியாத இயலாமையால் வெறுப்பு ஏற்பட்டு அன்பு குறைகிறது..

- தாங்கள் சொல்வதைக் கேட்காத/மறுக்கிற குழந்தைகளின் மீதும் வெறுப்பு ஏற்பட்டு அன்பு குறைகிறது.

இவ்வாறு பெற்றோர்கள் செயல்படுவதற்குக் காரணம், குழந்தைகள் என்றால் இப்படித்தான் இருப்பார்கள் என்கிற அவர்களின் புரிதலின்மைதான்.

நம்பிக்கையின்மை:

நம்பிக்கையின்மை ஒருவர் மீது எப்போது மற்றவருக்கு ஏற்படுகிறது எனில், எப்பொழுது இருவருக்குள்ளும் அன்பு குறைகிறது அல்லது குறைந்துவிட்டது என்று ஒருவர் கருத ஆரம்பிக்கிறாரோ அங்கே, அப்போது ஆரம்பிக்கிறது.

நம்பிக்கையின்மை அதிகமாவதற்குக் காரணமாகப் பல சூழல்களும் அமைகின்றன.

கண்ணால் பார்ப்பதும் பொய் காதால் கேட்பதும் பொய் தீர விசாரிப்பதே மெய் என்று நம் முன்னோர்கள் கூறியுள்ளதை நினைவில் வைத்துக்கொண்டு ஒருவர் மீது நம்பிக்கை குறையும் போது ஏன் அவ்வாறு தோன்றுகிறது என்று நன்றாகச் சிந்தித்துப் பார்த்தும் தெளிவு அடைய முடியவில்லை அல்லது நம்பிக்கை ஏற்படவில்லை என்றால் அந்த நபரிடம் பேசி தெளிவுபடுத்திக்கொண்டால் உண்மையைப் புரிந்து கொள்ளலாம்.

மனதிற்குள்ளேயே கற்பனை செய்துகொண்டும் குழம்பிக்கொண்டும் நம்பிக்கையற்று இருப்பதை விட தைரியமாகப் பேசி தெரிந்துகொள்வதால் பல குழப்பங்களையும் பிரச்சனைகளையும் தவிர்க்க முடியும்.

நாம் ஒருவரிடம் அதிகமாக எதிர்பார்க்கும் போது/ அவரின் அன்பை அடைய நினைக்கும் போது, அவரிடமிருந்து அது நடக்காத போது அல்லது குறைவாக நடக்கும் போதுதான் நமக்கு நம்பிக்கையின்மை ஏற்படுகிறது.

அவர் உண்மையில் எப்போதும் போல்தான் நம்மிடம் பழகிக்கொண்டு இருப்பார் அல்லது அவரால் அவ்வாறு சிறிது குறைவாகத்தான் பழகக் கூடிய அப்போதைய சூழல் இருந்திருக்கலாம். அதை அறியாமல் நாம் அவரின் மேல் நம்பிக்கையின்மை கொள்வது சிறந்ததாக இருக்காது.

பொதுவாகவே மற்றவர்களிடம் எதிர்பார்ப்புகளைக் குறைத்துக்கொண்டால், அதிக அன்பை நம்மிடம் மட்டும் காட்ட வேண்டும் என்கிற நினைப்பைக் குறைத்துக்கொண்டால், அவர்கள் நம்மிடம் சிறிது அன்பு காட்டினாலும் பெரிதாகத்

தெரியும் மற்றும் குறைவாகச் செய்தாலும் பெரியதாகத் தெரியும்.

இதை நாம் நம்மிடம் சகிப்புத்தன்மை வளர்த்துக் கொள்ளவும் பயன்படுத்தலாம்.

ஒருவர் அதிக அன்பு கொடுக்கும் போது மிகவும் மகிழவும் வேண்டாம் அதிகக் துன்பத்தைக் கொடுக்கும் போது அதிக வேதனையும் அடையவேண்டாம்.

எப்போதும் ஒரு சமநிலை உள்ளம் கொண்டவராக இருக்கப் பழகிக் கொண்டால் அனைத்திலும் ஒரு நன்மையைக் காணமுடியும்.

சினம்:

சினம் பிறரை அழிக்க நினைத்தலில் பெரும் பங்கு வகிப்பதோடு மட்டுமின்றி சினம் கொண்டவரையும் மிகப்பெரிய அழிவுப் பாதைக்குக் கொண்டு செல்லும் என்பதால் சினத்தை ஒரு இருமுனைக் கத்தியெனக் கூறலாம்.

சினம் கொள்ளப்பட்டவர் மீதும் பாயும் மற்றும் சினம் கொண்டவரையும் உள்ளிருந்து அழிக்கும்.

சினம் வர காரணம்

 * தான் நினைத்த செயல் நினைத்த விதத்தில் நடைபெறவில்லை என்பதாலும்

 * ஒன்றைத் தனக்குக் கிடைக்கவிடாமல் அல்லது நடைபெற விடாமல் ஒருவர் தடுத்துவிட்டார் என்று அவர் மீதும்

ஏற்படும் உணர்வுதான் சினம்.

ஒரு செயல் நடைபெறாமல் போனதற்கு உண்மையான காரணம் எது என்பதை அறியாமலேயே தன் விருப்பம் நிறைவேறவில்லை என்கிற எண்ணத்தின் தூண்டுதலால் சிந்திக்காமல் எதிர்வினை ஆற்ற வேண்டும் என்கிற உள்ளத்தின் வேட்கை தான் சினம்

 * அடைய விரும்பிய செயலுக்கு/பொருளுக்குத் தாம் தகுதி உள்ளவரா என அறிவதில்லை

 * தான் அடைய விரும்பிய செயலுக்கு/பொருளுக்குத் தேவையான செயல்களைச் செய்து முடித்தோமா எனவும் அறிவதில்லை.

- தான் அடைய விரும்பிய செயலுக்கு/பொருளுக்கு உதவ வேண்டும் என்று தான் அணுகிய உறவால்

- அச்செயலைச் செய்ய முடியுமா முடியாதா அல்லது

- அவர்களுக்கு அந்தத் தகுதி இருப்பதாக நாம் கற்பனை செய்துகொண்டோமா அல்லது

- அவர்கள் ஏன் நமக்கு உதவ வேண்டும் என்கிற அடிப்படையில் சிந்தித்துப்பார்க்காமல் அல்லது

- அவர்கள் நம் விருப்பத்தை நிறைவேற்றக்கூடிய சூழலில் அப்போது இருந்தார்களா என்பதையும் சிந்திக்காமல்

சினம் கொள்வதுதான் எல்லாக் குடும்பங்களிலும் உறவுகளிடமும் நடைபெறுகிறது

மற்றவர் மீது நமக்கு அன்பு குறையும் போதும் அல்லது அன்பே இல்லாத போதும் அவர்களைப் பார்க்கும்போதெல்லாம் உள்ளுக்குள் சினம் கொள்வதும் அல்லது அவர்கள் பேச ஆரம்பித்தாலே அவர் மீது எரிச்சல் அடைந்து சினம் கொள்வதற்கும் பல காரணிகள் உண்டு. மேலும், அக்காரணம் ஒரு உறவின் ஏழ்மையாக இருக்கலாம் அல்லது நம்மிடம் உதவி கேட்டு வருவார்களோ என்கிற பய உணர்வாக இருக்கலாம்

தம் தாழ்வுமனப்பான்மையை மறைக்கவும், தம் இயலாமையை மறைக்கவும், மற்றவரை அடக்கவும் எப்போதும் சினம் எனும் குணத்தை வெளிப்படுத்திக்கொண்டே இருப்பார்கள் சிலர்.

கவலை:

சினம் இருபக்கக் கத்தி என்றால் கவலை என்பது ஒரு துருப்பிடித்த கத்தி. துரு உடலினுள் சென்றுவிட்டால் சரியான முறையில் மருத்துவம் செய்யாவிட்டால் உடலுக்குத் தீங்கு விளைவித்து நோயை உண்டாக்குவது போல், கவலையைத் தன்னுள் புகுத்திக்கொண்ட மனிதருக்குப் பல நோய்களை உருவாக்கும் ஒரு குணம் கவலை.

கவலையை வளரவிட்டால் அது கவலைப்படுபவரைச் சிறிதுசிறிதாக அழித்துவிடும். அதன் விளைவு, அவரின் உறவுகளையும் பாதிக்கும் என்பதை அறிய/உணர வேண்டும்.

கவலைப்படுவதால் மட்டும் என்ன பயன் ஏற்பட்டுவிடப் போகிறது என நினைத்துப் பார்க்கவேண்டும். மேலும், அந்தக்

கவலை எதனால்/எவரால்/எப்பொழுதெல்லாம்/எங்கு ஏற்படுகிறது என்று அறிந்து அதனைத் தவிர்க்க/போக்க/விடுபட என்ன செய்ய வேண்டும் என்பதை அறிந்து அதனைச் செயல்படுத்தி கவலையிலிருந்து மீள வேண்டும்.

உறவுகள் நமக்கு ஏன் கவலை ஏற்படுத்துகிறார்கள்?

உறவுகளால் நமக்கு ஏன் கவலை ஏற்படுகிறது?

உறவுகளுக்கு நாம் ஏன் கவலையை ஏற்படுத்துகிறோம்?

எடுத்துக்காட்டாகப் பெற்றோருக்கு உடல்நிலை சரியில்லாததால் கவலை என்றால், அக்கவலைக்குக் காரணங்கள்:

* அவர்களின் உடல்நிலையைச் சரிசெய்யப் பணமும் வசதியும் இல்லாததால்

* அவர்களின் உடல்நிலையைச் சரிசெய்ய அதிகச் செலவு செய்ய வேண்டி உள்ளதே என்பதனால்

* பெற்றோரின் உடல்நிலையைச் சரிசெய்யத் தேவையான செலவினைச் செய்ய இணையர் ஒப்புக்கொள்ள மறுப்பதாலும், அவரை மீறி செலவு செய்தால் இருவருக்குள்ளும் ஏற்படும் பிரச்சனைகளினால்

மேலும், கவலைக்குச் சில காரணங்களாக இருப்பவை:

* உடன்பிறப்புகளின் கல்விச் செலவு

* உடன்பிறப்புகளின் திருமணச் செலவு

* பணமற்ற பெற்றோருக்குப் பணம் கொடுத்தல் குறித்து

* இணையருக்கும் பெற்றோருக்கும் ஏற்படும் பிரச்சனைகளால்

இதில் சில காரணங்கள் அன்பினால் வரக்கூடிய கவலை. அவற்றால் குழப்பங்கள் பிரச்சனைகள் வர வாய்ப்பில்லை. ஆனால், சில காரணங்கள் தான் பிரச்சனைகளுக்கு அடிப்படையாக அமையும்.

ஏனெனில் பணம் செலவு செய்ய வேண்டியுள்ளதே என்று ஒருவர் நினைக்கிறார் என்றால் ஒன்று அவரிடம் பணம் இருக்கிறது மற்றொன்று பணத்தைச் செலவு செய்ய மனம் இல்லை என்பது அர்த்தம் ஆகிறது.

இதனால் பெற்றோர், பிள்ளை நமக்கு உடல் நிலை சரியில்லாதபோது, நமக்குத் தேவையான செலவுகளைச் செய்யத் தயங்குகிறானே என்று கவலைப்பட்டு அமைதியாக இருந்துவிட்டால் பிரச்சனை இல்லை. ஆனால், எங்களுக்குச் செய்யமாட்டாயா என்றும் மற்றவர் விஷயங்களுக்கெல்லாம் எவ்வளவு வேண்டுமானாலும் செலவு செய்கிறாயே என்று கேட்க ஆரம்பிக்கும் போதுதான் பிரச்சனை அதிகமாகிறது.

பெண்களின் பங்கு:

குடும்பத்தில் பெரும்பாலான பிரச்சனைகளுக்குத் தீர்வு பெண்களிடத்தில் தான் உள்ளது. பல குடும்பங்களில் பெண்களே பெண்களுக்கு எதிரிகளாக இருக்கிறார்கள்.

* மாமியார் மருமகளை எதிரியாக நினைப்பதை

* மருமகள் மாமியாரை வில்லியாக நினைப்பதை,

* நாத்தனார் அண்ணியை அல்லது அண்ணி நாத்தனாரைப் பிரிவினைவாதியாகப் பார்ப்பதை

* இரண்டு மருமகள்கள் ஒருவருக்கொருவர் போட்டியும் பொறாமையும் கொள்வது

ஆகியவற்றைத் தவிர்த்து, நாம் ஒரினம் என்றும், நமக்கு நாமேதான் அரண் என்றும் நினைத்து உறுதுணையாய் இருக்க வேண்டும். ஆணாதிக்கத்திலிருந்து காத்துக்கொள்ள ஒருவருக்கொருவர் துணையாய் நின்று முடிவு எடுத்து அதனைத் தங்களின் வாழ்வியல் முறையாக எங்கும், எப்பொழுதும் கடைப்பிடித்தால்போதும் குடும்பத்தில் ஏற்படும் பல குழப்பங்கள் குறைந்து விடும்.

தான் ஒரு பெண்ணாக இருந்தாலும், தன் மருமகள் பெண் குழந்தையைப் பெற்றுவிட்டால் மாமியார் இழிவாகப் பேசுவதும், தனக்கு ஆண் குழந்தை பிறக்கவில்லையே என்று ஒரு பெண் வருத்தப்படுவதும் தங்களைத் தாங்களே இழிவுபடுத்திக்கொள்ளும் செயலாகும்.

அனைவரும் ஆண் குழந்தையை மட்டுமே பெற்றுக்கொண்டால், அந்த ஆண் குழந்தைக்குத் திருமணம் செய்யும் போது பெண்ணுக்கு எங்கே செல்வது.

ஆண் குழந்தை பெற்றுத்தரவில்லை என்கிற மாமியார்களும் அல்லது பெறமுடியவில்லையேஎன்று வருத்தப்பட்டுக்கொள்ளும் பெண்களும் அவசியம் தெரிந்துகொள்ள வேண்டியது

- பெண்களான உங்கள் அனைவரின் கருமுட்டையிலும் - XX என்கிற பெண்தன்மை கொண்ட குரோமசோம்கள் தான் உள்ளன

- ஆணின் விந்தணுவில் தான் - XY என்கிற குரோமசோம்கள் உள்ளன.

Y என்பது ஆண் தன்மை கொண்ட குரோமசோம்கள், X என்பது பெண்தன்மை கொண்ட குரோமசோம்கள்.

கரு உற்பத்தியாகும் போது ஆணின் விந்தணுக்களில்

- X அதாவது பெண் தன்மைகொண்ட குரோமசோம் வீரியமாயிருந்து பெண்ணின் கருமுட்டையை அடைந்தால் - Xம்Xம் சேர்வதால் பெண் குழந்தை பிறக்கும்.

- மாறாக, Y அதாவது ஆண் தன்மைகொண்ட குரோமசோம் வீரியமாயிருந்து பெண்ணின் கருமுட்டையை அடைந்தால் - Xம்Yம் சேர்வதால் ஆண் குழந்தை பிறக்கும்.

தங்களைத் தாங்களே தாழ்த்திக்கொள்ளும் பெண்களே - ஆண் குழந்தை அல்லது பெண் குழந்தை என்பது ஆணின் விந்தணுவின் தன்மையில்தான் உள்ளது, இப்பிரச்சனைக்குக் காரணம் நாம் இல்லை என்பதைப் புரிந்து கொண்டால் குடும்பத்தில் இதனால் வரும் குழப்பங்களைத் தவிர்க்கலாம்.

ஆண் குழந்தை பெற்றுத் தரவில்லையென்று மனைவியைத் துன்புறுத்தும் கணவர்களே, உங்கள் விந்தணுவின் தன்மைதான் காரணம் என்றும் அது உங்கள் மனைவியின் இயலாமை இல்லையென்று நீங்களும் புரிந்துகொள்ளுங்கள். உங்கள் மனைவியை குறைகூறுபவர்களிடம் இதை எடுத்துக்கூறிப் புரியவைக்கக்கூடிய தன்மையை வளர்த்துக்கொள்ளுங்கள். குடும்பத்தில் இக்காரணத்தினால் ஏற்படும் பிரச்சனைகளும் பிரிவுகளும் இல்லாமல் போகும். எந்தப் பெற்றோரும், இக்காரணத்திற்காகத் தங்கள் மகளை இழிவுபடுத்தப்போவதில்லை.

ஆண்களால் ஏற்படும் வேறு சில குழப்பங்களையும் பிரச்சனைகளையும் பெண்கள் ஒற்றுமையாக இருந்தால் மிகவும் எளிதாகச் சமாளித்து விடலாம். பெண்களின் ஒற்றுமையில் ஆண்கள் தங்கள் ஆதிக்கத்தைச் செலுத்த இயலாமல் அமைதியாய் ஒதுங்கிவிடுவார்கள்.

ஆண்களின் பங்கு:

குடும்பத்தில் குழப்பங்கள் வரக்காரணமாய் ஆண்களின் சில பண்புகள், இயலாமைகள், ஒருதலைபட்சமாய் நடந்துகொள்ளுதல் ஆகியவை முக்கியமாய் அமைகிறது.

பண்புகள்:

ஆணாதிக்க மனப்பான்மை, புகை, மது, கள்ள உறவு, மனைவியை அடிமையாய் நினைப்பது, தாய் தந்தையரை இழிவாக எண்ணுதல், பிள்ளைகளைச் சுமையாக நினைத்தல், உடன்பிறப்புகளை அவமதித்தல், மனைவியின் இல்லத்தாரை அவமதித்தல் போன்ற ஆண்களின் பண்புகள் பிரச்சனைகள் ஏற்படுவதற்கு ஆரம்பமாக அமைந்து பின்னர் பெரிதாகி உறவுகளுக்குள் பிரிவுகளை ஏற்படுத்துகிறது.

இயலாமைகள்:

அதிக வருமானமின்மை, வேலைக்குச் செல்லாதிருத்தல், உடற்கோளாறுகள், சோம்பேறித்தனம் போன்றவையும் குடும்பத்தில் குழப்பங்கள் ஏற்படுத்துகின்றன.

ஒருதலைப்பட்சம்:

எப்பொழுதும் பெற்றவர்களுக்குச் சாதகமாயிருந்து மனைவியை அவமதிப்பது அல்லது அடிப்பது

அல்லது

எப்பொழுதும் மனைவிக்குச் சாதகமாயிருந்து பெற்றவரை கடிந்து கொள்வது/உதவிசெய்ய மறுப்பது

அல்லது

பெற்றவர்களுக்கும் மனைவிக்குமிடையே எவ்வளவு பிரச்சனைகள் ஏற்பட்டாலும் அதைத் தீர்த்து வைக்க முயலாமை

ஆகிய காரணங்களாலும் குடும்பத்தில் குழப்பங்கள் வர ஆண்கள் காரணமாக இருக்கிறார்கள்.

உறவுகளுக்குள் குழப்பங்களும் பிரிவுகளும் ஏற்படுவதை குறைக்க மற்றும் தவிர்க்க உதவும் பயிற்சிகள்:

குடும்பத்தில் ஏற்படும் குழப்பங்கள் மற்றும் பிரச்சனைகள் மற்றும் பிரிவுகள் ஆகியவற்றுக்கான காரணங்களை அறிந்துகொண்டால் மட்டும் போதுமா என்றால் போதாது என்பதுதான் மெய்.

"தவறுகளைத் களையத் தேவையானவற்றைக் கற்றுணர்தல் அறிவு

கற்றுணர்ந்ததைக் கடைப்பிடித்துத் தினம் உயர்தல் மெய்யறிவு"

எனவே, குடும்பத்தில் குழப்பங்கள், பிரச்சனைகள் மற்றும் பிரிவுகள் ஆகியவையின்றி வாழக் கடைப்பிடிக்கக்கூடிய வழிமுறைகளாக மற்றும் பயிற்சிகளாகப் பின்பற்ற வேண்டியவற்றைப் பார்ப்போம்.

பயிற்சி 1

குடும்பத்தில் அமைதியும் மகிழ்ச்சியும் ஏற்பட வேண்டுமென்றால், ஒவ்வொரு குடும்ப உறுப்பினரும் தங்களிடம் உள்ள குறைகுணங்களைக் கட்டுப்படுத்தி நற்குணங்களை வளர்க்க வேண்டும். அது தானாக நடக்காது. சில பயிற்சிகளை விரும்பியும் மனப்பூர்வமாகவும் மெய்யாகவும் செய்ய வேண்டும். அவை மனக்கட்டுப்பாடு மற்றும் குணக்கட்டுப்பாடு ஆகிய இரண்டுக்குமான பயிற்சிகளாகும்.

மனக்கட்டுப்பாட்டிற்குத் தியானமும் யோகாவும் சிறந்த பலனைத் தரும். இவற்றைச் சிறந்த பயிற்சியாளர் மூலம் கற்று தினம் பழகி நல்முறையில் மனதை வைத்துக் கொள்ளலாம்.

மனதைக் கட்டுப்படுத்துவதினால் மட்டும் ஒருவருக்கு நற்குணங்கள் உண்டாகிவிடாது. எனவே, குணத்தைக் கட்டுப்படுத்துவதற்கும் மற்றும் மாற்றுவதற்கும் தேவையான பயிற்சிகளைப் பழகிக் கடைப்பிடிக்கவேண்டும்.

குணக்கட்டுப்பாட்டிற்குப் பயிற்சி மிகவும் முக்கியம். அதற்கு முதலில்

+ நமக்கு என்னென்ன குறைகள் உள்ளன என்றும்

+ அவை எதனால், எப்பொழுது, யாரால், யாருக்காக ஏற்படுகிறது என்பன போன்றவற்றை அறியவேண்டும்.

+ நம் குறை குணங்களின் வெளிப்பாடு யார் மீது அதிகப் பாதிப்பை ஏற்படுத்துகிறது எனவும் அறிய வேண்டும்.

+ எதனால் அவர் மீது மட்டும் பாதிப்பு ஏற்படுகிறது என்பதையும் அறிய வேண்டும்

இக்குறைகளிலிருந்து வெளிவர என்ன செய்ய வேண்டும் என்பதற்கு நம்மை நாமே தற்சோதனை செய்து கொள்ள வேண்டும்.

உதாரணமாக, நம் பெற்றோர் அல்லது இணையர் அல்லது பிள்ளைகள் மீது நமக்குச் சினம் அதிகமாக வருகிறது

என்றால் ஏன், எதனால், எப்பொழுது, யாரால் வருகிறது என்பதை அறிய வேண்டும்.

அவற்றிலிருந்து நீங்க, அவர்களிடமிருந்து பெற்ற நன்மையான சில செயல்களை நாம் நினைத்துப் பார்க்க வேண்டும். அந்த நன்மைகளால் நாம் அடைந்த பயன்களை எண்ணிப்பார்த்து அவர்களிடம் நன்றியாக இருக்கப் பழகவேண்டும். இப்படிப் பழகினால்/நினைத்துப்பார்த்தால் அவர்களின் மீது கோபம் வராது. கோபம் வரும்போது 30 நொடி நிதானித்து, மனதைச் சிறிது கட்டுப்படுத்தி/ முறைப்படுத்தி,

நாம் அவர்கள் மீது கோபம் செலுத்துவது தேவைதானா மற்றும் அதனால் என்ன பயன் அல்லது தீமை நமக்குக் கிடைக்கப் போகிறது மற்றும்

அவர்களுக்கு என்ன பயன் அல்லது தீமைகள் கிடைக்கப் போகின்றன

என்பதை விரைவாகச் சிந்தித்துச் செயல்பட்டால் சினத்தை அடக்க முடியும்.

சொல்வது இலகு ஆனால் செயல்படுத்துவது சிரமம் ஆரம்பத்தில். ஆனால் இந்தப் பயிற்சியைத் தினம் பழகி வர ஆரம்பித்தால் விரைவில் நம் குணமும் நம் கட்டுப்பாட்டிற்குள் வந்துவிடும்.

மனதையும் குணத்தையும் பல பயிற்சிகள் மூலம் கட்டுப்படுத்த பழகினாலும், எப்போதும் விழிப்புடன் இருந்து செயல்படாவிட்டால், அந்தப் பயிற்சியால் ஒருவருக்கு எந்தவிதப் பயனும் கிடைக்கப்போவதில்லை. நற்பண்பை உண்மையாகவே உயர்த்திக்கொள்ள எப்பொழுதும் விழிப்புடன் இருந்து ஒவ்வொரு குடும்ப உறுப்பினரும் செயல்பட ஆரம்பித்தால் குடும்பத்திற்குள் எந்நாளும் பிரச்சனைகள்/குழப்பங்கள் ஏற்படாது.

சினம், புரிதலின்மை, தன்னலம் போன்ற அனைத்திற்கும் அடிப்படையாக அமைவது எதிர்பார்த்தலும் அன்பின்மையும் தான். இக்குணங்களைக் கட்டுப்படுத்த, எதிர்பார்ப்பைக் குறைத்து அன்பை அதிகரித்தல் பயிற்சியைப் பழகவேண்டும்.

பயிற்சி 2

அன்பை அதிகரிக்க ஒவ்வொருவருக்குள்ளும் ஒவ்வொருவருக்கும் இடையையும் ஈர்ப்பு சக்தி அதிகரிக்க வேண்டும் இந்த ஈர்ப்பு சக்தி ஒரு வழிப்பாதையாக இல்லாமல் இருவழிப்பாதையாக இருந்தால்தான் ஈர்ப்பு சக்தியின் பயன் பன்மடங்கு அதிகரிக்கும்.

ஒருவருக்கு ஈர்ப்பு சக்தியும் மற்றவருக்கு எதிர்ப்புச் சக்தியும் இருந்தால் அவர்களிடையே அன்பு உயர்வது மிகக் கடினம். ஈர்ப்பு சக்தி அதிகம் உடையவர் மற்றவருடன் பழகி தன் மீது ஈர்ப்பு சக்தியை அதிகரிக்க நீண்ட நாட்கள் ஆகும். அன்பை அவர் மீது செலுத்திச் செலுத்தித் தன்மீது அன்பு செலுத்த அவரை பழக்க வேண்டியிருக்கும்.

உறவுகளுக்குள் ஈர்ப்பு சக்தியை அதிகப்படுத்தும் வழிக்கான ஒரு எடுத்துக்காட்டு:

கணவன்:

ஆணாக இருந்த தன்னை தந்தை எனும் உயர் நிலைக்கு உயர்த்தியவள் தன் மனைவி. அவளின் அந்தக் கொடைக்கு அவளிடம் மாறாத அன்பு கொண்டிருக்க வேண்டும் என்று உறுதி கொள்ளுதல் வேண்டும்

மனைவி:

பெண்ணாக இருந்த தன்னை தாய் என்னும் புனித நிலைக்கு உயர்த்தியவன் தன் கணவன். அவனின் அந்தக் கொடைக்கு அவனிடம் மாறாத அன்பு கொண்டிருக்க வேண்டும் என்று உறுதி கொண்டுவரவேண்டும்.

பெற்றோர்:

தங்களைத் தாயாகவும் தந்தையாகவும் மாற்றிய உன்னத உயிர்கள் தங்கள் பிள்ளைகள். அவர்களின் அந்தக் கொடைக்கு அவர்களிடம் மாறாத அன்பு கொண்டிருக்க வேண்டும் என்று உறுதி கொள்ளுதல் வேண்டும்

பிள்ளைகள்:

உலகின் உயரிய உயிரினமான மனிதராக தங்களை உயிர்வித்தவர்கள் பெற்றவர்கள். அவர்கள் தங்கள் அன்பாலும், உழைப்பாலும், வியர்வையாலும் நம்மின் இன்றைய உயர்நிலைக்கு உயர்த்தி இருக்கிறார்கள். அந்த அருட்கொடைக்கு அவர்களிடம் மாறாத அன்பு கொண்டிருக்க வேண்டும் என்று உறுதி கொள்ளுதல் வேண்டும்

மருமகள்:

தன்னை தாய் எனும் புனித நிலைக்கு உயர்த்திய என் கணவனுக்கு உயிர் கொடுத்து வளர்த்து ஆளாக்கிய உன்னதர்கள் மாமனாரும் மாமியாரும். அந்தக் கொடைக்கு அவர்களிடம் மாறாத அன்பு கொண்டிருக்க வேண்டும் என்று உறுதி கொள்ளுதல் வேண்டும்

மருமகன்:

தன்னை தந்தை எனும் உயர் நிலைக்கு உயர்த்திய என் மனைவிக்கு உயிர் கொடுத்து வளர்த்து ஆளாக்கிய உன்னதர்கள் மாமனாரும் மாமியாரும். அவர்களின் அந்தக் கொடைக்கு அவர்களிடம் மாறாத அன்பு கொண்டிருக்க வேண்டும் என்று உறுதி கொள்ளுதல் வேண்டும்

மாமனார் மாமியார் (பிள்ளையைப் பெற்றவர்கள்):

தங்கள் மகனைத் தந்தை எனும் உயர்நிலைக்கு உயர்த்தி தங்கள் குடும்பத்திற்கு வாரிசுகளை உருவாக்கித் தந்த உயரிய உறவு மருமகள். அவளின் அந்தக் கொடைக்கு அவளிடம் மாறாத அன்பு கொண்டிருக்க வேண்டும் என்று உறுதி கொள்ளுதல் வேண்டும்

மாமனார் மாமியார் (பெண்ணை பெற்றவர்கள்):

தங்கள் மகளைத் தாய் எனும் புனித நிலைக்கு உயர்த்தி தங்கள் குடும்பத்திற்கு வாரிசுகளை உருவாக்கித் தந்த உயரிய உறவு மருமகன். அவனின் அந்தக் கொடைக்கு அவனிடம் மாறாத அன்பு கொண்டிருக்க வேண்டும் என்று உறுதி கொள்ளுதல் வேண்டும்

உடன்பிறப்புகள்:

உடன்பிறப்புகள் அனைவரும் தாங்கள் இன்று வளர்ந்து உயர்ந்து வாழ்ந்து கொண்டிருக்கும் வாழ்விற்கு ஏதோ ஒரு விதத்திலோ அல்லது பல வகையிலோ உதவிய அல்லது உதவிக்கொண்டிருக்கின்ற அல்லது உதவப்போகிற உன்னதர்கள் தன் உடன்பிறந்தவர்கள் என்றெண்ணி அவர்களின் அந்தக் கொடைக்கு அவர்களிடம் மாறாத அன்பு கொண்டிருக்க வேண்டும் என்று உறுதி கொள்ளுதல் வேண்டும்.

இணையர்களின் உடன்பிறப்புகள்:

தங்கள் இணையர்களின் உடன்பிறப்புகள் அனைவரும் தங்கள் இணையர் வாழ்வில் உயர்ந்ததற்கும் மற்றும் தாங்கள் இன்று உயர்ந்து வாழ்ந்து கொண்டிருக்கும் வாழ்விற்கும் ஏதோ ஒரு விதத்திலோ அல்லது பல வகையிலோ உதவிய அல்லது உதவிக்கொண்டிருக்கின்ற அல்லது உதவப்போகிற உன்னதர்கள் என்றெண்ணி அவர்களின் அந்தக் கொடைக்கு அவர்களிடம் மாறாத அன்பு கொண்டிருக்க வேண்டும் என்று உறுதி கொள்ளுதல் வேண்டும்

உடன்பிறப்புகளின் இணையர்கள்:

தங்கள் உடன்பிறப்புகளின் இணையர்கள் அனைவரும் தாங்கள் இன்று வளர்ந்து உயர்ந்து வாழ்ந்து கொண்டிருக்கும் வாழ்விற்கு ஏதோ ஒரு விதத்திலோ அல்லது பல வகையிலோ உதவிய அல்லது உதவிக்கொண்டிருக்கின்ற அல்லது உதவப்போகிற உன்னதர்கள் தங்கள் உடன்பிறந்தவர்களின் இணையர்கள் என்றெண்ணி அவர்களின் அந்தக் கொடைக்கு அவர்களிடம் மாறாத அன்பு கொண்டிருக்க வேண்டும் என்று உறுதி கொள்ளுதல் வேண்டும்.

மேலும்,

உறவுகள் ஒவ்வொருவருக்கும். தாங்கள் இன்று உயர்ந்திருக்கும் நிலைக்குத் தம்மைத் தாமே செதுக்கிக் கொண்டு வளர்ந்து விட்டோம் என்று நினைத்தால் அது எவ்வளவு அறிவீனம் என்று தோன்றவேண்டும். மற்ற உறவுகள் உதவி இல்லாமல் நம்மால் உயர்ந்திருக்க முடியாது என்று கருதும் மனம் கொண்டு நன்றியுடன் அவர்களோடு உறவாயிருந்தால் குடும்பத்தில் எவ்விதக் குழப்பமும் வராது.

பயிற்சி 3

நம் வாழ்க்கை நம் கையில்:

நாம் இன்று தாழ்ந்திருக்கும் நிலைக்குக் காரணம் நாமில்லை மற்றவர்கள்தான் காரணம் என்று நினைப்பது எவ்வளவு அறிவீனம் என்று எண்ண வேண்டும். மற்ற உறவுகள் நம்மை உயர்த்த நினைத்தபோதும் நாம் அதற்கு இடங்கொடாமலும், நம் நல்வாழ்விற்குத் தேவையான எவற்றையும் செய்யாமலும் வாழ்ந்ததால்/வாழ்வதால் நாம் தாழ்ந்திருக்கிறோம் என்கின்ற மனப்பான்மையைக் கொண்டு வந்துவிட்டால் மற்றவர்களைக் குறைகூறுவதும், கோபப்படுவதும், சண்டையிடுவதும், உறவை முடித்துக் கொள்வதும் இருக்காது.

தன்னம்பிக்கை இல்லாதவர்கள் தான் பிறர் உதவாததால் வாழ்வில் முன்னேறவில்லை என்று நினைப்பார்கள்.

பயிற்சி 4

அருட்தந்தை வேதாத்திரி மகரிசியின் இரண்டொழுக்க பண்பாடு:

குடும்பத்தினர் அமைதியின்மையிலிருந்து விடுபட அருட்தந்தை வேதாத்திரி மகரிசி கூறுவது யோகமும் தவமும் மற்றும் தற்சோதனையும். ஆனால் யோகமும் தவமும் தற்சோதனையையும் செய்ய அனைவராலும் முடிவதில்லை என்பதுதான் உண்மை. அவர்களுக்கு மகரிசி கூறும் மற்றொரு வழி - இரண்டொழுக்க பண்பாடு

1. நான் எனது வாழ்நாளில் யாருடைய உடலுக்கும் மனதிற்கும் துன்பம் தர மாட்டேன்.

2. துன்பப்படும் உயிர்களுக்கு என்னால் முடிந்த உதவிகளைச் செய்வேன்.

நன்றி - அருட்தந்தை வேதாத்திரி மகரிசி

இந்த இரண்டொழுக்க பண்பாட்டினை வாழ்வியல் முறையாகப் பயன்படுத்தி தினமும் செயல்பட்டு வரும் போது, கெடுதல் குணங்களான தான் தனது எனும் தன்முனைப்பு குறைய ஆரம்பிப்பதால்

- பேராசை,

- கடும்பற்று,

- சினம்,

- முறையற்ற பால் கவர்ச்சி,

- உயர்வு தாழ்வு மனப்பான்மை மற்றும்

- வஞ்சம்

- மேலும்,

- எதிர்பார்ப்புகள்

- அன்பின்மை
- புரிதலின்மை
- நம்பிக்கையின்மை
- பொறுமையின்மை/பொறாமை
- சகிப்புத்தன்மையின்மை/விட்டுக்கொடுத்தலின்மை
- தன்னலம்
- கவலை

ஆகியவை மாறியும் குறைந்துகொண்டும் வரும். இம் மாறுதல் மற்றும் குறைதல் விளைவாகக் குடும்பத்தில் துன்பம் குறைய ஆரம்பித்து இன்பமும் அமைதியும் சிறிது சிறிதாக உயர ஆரம்பிக்கும். ஒருவரின் மாறுதலால் அமைதி அதிகரிக்கும் நிலை உருவாகும் என்றால், குடும்பத்தில் அனைவரும் இந்த இரண்டொழுக்க பண்பாட்டை முழுமையாகச் செயல்படுத்த ஆரம்பிக்கும்போது குடும்பம் அமைதியும் இன்பமும் நிறைந்ததாக மாறுவது உறுதி.

பயிற்சி 5

நல்ல நிகழ்வுகளை நினைத்துப் பார்த்தல்:

நம் குடும்ப உறவுகளுக்குள் குழப்பங்கள், பிரச்சனைகள், பிரிவுகள் வருவதற்கு முன் அனைவரும் சிறுவயது முதல் எவ்வாறெல்லாம் ஒன்றாகவும் மகிழ்ச்சியாகவும் இருந்தோம் என்று ஒவ்வொரு உறவும் நினைத்துப் பார்க்கவேண்டும். குழப்பங்கள் ஏற்படக் காரணம் ஏதோ ஒரு வேதனை நிகழ்வு. நீண்டகாலமாக அனுபவித்த மகிழ்ச்சிக்கான காரணங்களை விடவா இவ்வேதனை நிகழ்வு பெரிதாக இருந்துவிடப்போகிறது. நிச்சயம் இருக்காது. அப்படியெனில், அந்தச் சின்ன காரணத்திற்காக இனியும் அனுபவிக்க வேண்டிய மகிழ்ச்சியை, உறவு மேம்படுத்தலை இழக்க வேண்டுமா எனக் குடும்ப உறவுகள் ஒவ்வொருவரும் சிந்தித்தால் குடும்பம் அமைதி பெறும்.

இது நடைபெற வேண்டுமென்றால் குழப்பங்களை விளைவிப்பவரைக் கட்டுப்படுத்தும், திருத்தும், மனப்பக்குவமும், தைரியமும் ஒவ்வொரு குடும்ப உறுப்பினருக்கும் இருக்க வேண்டும். திருந்திய உறவுகளை அவர்கள் செய்தவற்றை மறந்து மன்னிக்க வேண்டும்.

குடும்பத்தில் உள்ள உறுப்பினர் அனைவரும், அந்த உறுப்பினர்களில் ஒருவராலோ அல்லது பலராலோ, வாழ்வின் ஒரு நாளிலோ அல்லது பல நாட்களிலோ மகிழ்வின் உச்சநிலையை ஒவ்வொரு உறவுடனும் அனுபவித்திருப்போம் (உச்சத்தின் அளவு மற்றும் அதை உணர்ந்த விதம் மட்டும் வேறுபடலாம்).

அல்லது

குடும்பத்தில் உள்ள உறுப்பினர் அனைவரும், அந்த உறுப்பினர்களில் ஒருவராலோ அல்லது பலராலோ, வாழ்வின் ஒரு நாளிலோ அல்லது பல நாட்களிலோ,

துன்பத்திலிருந்து மற்றும் சிரமத்திலிருந்து விடுபட உதவி பெற்றிருக்கலாம் (உதவியின் அளவு மற்றும் தன்மை மட்டும் வேறுபடலாம்).

அந்த மகிழ்வின் உச்சத்தை அடைய வைத்த அல்லது துன்பம்/சிரமத்திலிருந்து விடுபட உதவிய உறவுடன் அல்லது உறவுகளுடன் கருத்து வேற்றுமை ஏற்பட்டால் அதைப் பெரிதுபடுத்தாமலிருக்க அல்லது கருத்து வேற்றுமை ஏற்படாதிருக்க, அவர்கள் உதவியவற்றை எங்கும் எப்பொழுதும் மறவாமல் இருந்தால், அவ்வுறவுடனான ஈர்ப்பும் அன்பும் என்றும் நிலைத்திருக்கும்.

அவர்கள் உதவியதை மறக்கப் பார்ப்பது அல்லது மறந்துவிட்டு கருத்து வேற்றுமையை ஏற்படுத்துவது அல்லது ஏற்கனவே ஏற்பட்டதைப் பெரிதுபடுத்தி உறவுடனான ஈர்ப்பையும் அன்பையும் குறைப்பதால், குழப்பங்கள் ஆரம்பிக்கின்றன. ஈர்ப்பு மற்றும் அன்பு குறைதல் அதிகமாக அதிகமாக வெறுப்பு அதிகமாகிறது. வெறுப்பின் உச்சத்தில் உறவுகளுக்குள் பிரிவு ஏற்படுகிறது.

எனவே, எந்தச் சூழலிலும் ஒரு உறவினால் ஏற்பட்ட மகிழ்வின் உச்சத்தையோ அல்லது அவர்கள் துன்பம், சிரமம் ஆகியவற்றிலிருந்து விடுபட உதவியதை மறவாதிருந்தால் வெறுப்புகளும், குழப்பங்களும், பிரிவுகளும், துன்பங்களும், துயரங்களும் ஏற்படுவதைத் தவிர்க்கமுடியும்.

இதனைப் புரிந்துகொண்டு, குடும்ப உறுப்பினர்கள் அனைவரும் இரண்டொழுக்க பண்பாட்டை வாழ்வியல் முறையாகக் கொண்டுநடந்தால் அவரவர் வாழ்விலும் மற்றும் குடும்பத்திலும் அமைதி நிலவும். துன்பமில்லா இன்ப வாழ்வை நமக்கும் மற்றவருக்கும் ஏற்படுத்தலாம்.

பொதுவாக, யாதொன்றும் தீங்கிலா செயல் அதாவது பிறருக்கு நன்மையையும் இன்பத்தையும் தரும் மற்றும் ஏற்படுத்தக்கூடிய செயலைச் செய்தல் என்பது தான் அறநெறியாகும்.

ஒழுக்கம், ஈகை மற்றும் கடமை ஆகிய மூன்றும் தான் அறநெறிக்கான மூன்று படிகள் என்கிறார் அருட்தந்தை வேதாத்திரி மகரிசி அவர்கள்.

கடமை என்பது அன்பின் வெளிப்பாட்டினாலான செயலாக இருக்கவேண்டும். அப்படியல்லாமல் வேறுவழியின்றியும் விருப்பமற்றும் செய்யும் செயலாக இருக்கக்கூடாது.

வேறுவழியின்றியும் மற்றும் விருப்பமற்றும் செய்யப்படும் செயல்கள்தான் குடும்பத்தில் பல குழப்பங்களை உருவாக ஆரம்பக் காரணமாகிறது.

குடும்ப உறுப்பினர்கள் அனைவரும் இந்த அறநெறியைக் கடைப்பிடிக்கும் அளவினைப் பொறுத்து மிக அமைதியிலிருந்து பிரிவு வரை ஏற்பட வாய்ப்பு.

ஒழுக்கம், ஈகை மற்றும் கடமையை வாழ்வியலாகக் கொண்டால் - மிக அமைதி

ஒழுக்கம், ஈகை மற்றும் கடமையை கடைப்பிடிக்காமல் அவற்றின் எதிரான தன்னலம், தன்முனைப்பு போன்றவற்றை வாழ்வியலாகக் கொண்டால் - பிரிவு.

குடும்பத்தில் உள்ள அனைவரும் உறவுகள் மகிழ்வாய், இன்பமாய், நன்மை அடையும்படியான வகையிலும் செயல்பட்டால் அக்குடும்பம் மகிழ்வுடனும், அமைதியுடனும், ஒற்றுமையுடனும் வாழ்வாங்கு வாழும்.

பயிற்சி 6

நல்லொழுக்கம், இனிமையான எண்ணம்/சொல்/ செயல், தன்னம்பிக்கை, தன்னலமின்மை ஆகிய பண்பு நிறைந்தவர்களால் அவர்கள் குடும்பத்திற்கும் மற்றும் குடும்பத்தில் உள்ள மற்ற உறவுகளுக்கும் கெடுதல் இராது.

உறவினை மேம்படுத்த உதவும் காரணிகள்:

*   நம்பிக்கைக்குரியவராக இருத்தல் வேண்டும்

*   நேர்மையானவராக இருக்கவேண்டும்

*   பிறரை மதிப்பவராயிருத்தல் வேண்டும்

*   பொறுப்புள்ளவராய் இருத்தல் வேண்டும்

*   நடுநிலையாளராக இருக்கவேண்டும்

*   அன்பு மிக்கவராக இருக்க வேண்டும்

*   குடும்பப் பற்றுடையவராக இருக்க வேண்டும்

*   தன்னலமற்றவராய் இருக்கவேண்டும்

*   பாகுபாடற்றவராய் இருக்கவேண்டும்

*   துணிவுடன் உதவும் குணம் உடையவராய் இருத்தல் வேண்டும்

*   மற்றவருக்கு எடுத்துக்காட்டாக விளங்க வேண்டும்.

இவற்றையெல்லாம் குடும்ப உறவுகள் ஒவ்வொருவரும் கடைப்பிடித்தால் குடும்பத்தில் குழப்பங்கள் சண்டைகள் பிரிவுகள் என்றும் வராது..

பயிற்சி 7

இடைவெளி வரம்பு:

மின்சார இஸ்திரிப் பெட்டியில்(IRON BOX) ஒவ்வொரு துணிவகைக்கும் வெவ்வேறு சூட்டின் அளவு இருப்பது போன்றும் மேலும் இஸ்திரி செய்யும் போது துணியின் மீது அதிக நேரம் வைத்துவிட்டால் துணி தீய்ந்துப் போய்விடுவது போல் குடும்ப உறவுகளுக்குள்ளான உறவானது ஒவ்வொரு குடும்ப உறுப்பினருக்கும் வேறுபடும் மற்றும் வேறுபட வேண்டும். ஏனெனில், ஒவ்வொரு உறவின் மனம் மற்றும் குணத்தின் தன்மையும் வேறுவேறாக இருக்கும்.

எல்லோருடனும் ஒரே மாதிரியான நெருக்கத்தினை/ உறவினைக் கடைப்பிடிக்க வேண்டுமானால் அனைவரும் ஒரே விதமான மனக்கட்டுப்பாடு உடையவராகவும், பண்புடையவராகவும் இருக்க வேண்டும். அப்படி அனைவரும் ஒரே உணர்வுடன் இருப்பது மிகவும் அரிது. எனவே ஒவ்வொருவரின் மனக்கட்டுப்பாடு மற்றும் பண்பின் தன்மையைப் பார்த்துப் பழக வேண்டும்.

ஒரு அளவிற்கு மேல் ஒருவருடைய தனிப்பட்ட வாழ்வில் அல்லது ஒருவருடைய குடும்ப வாழ்வில் அவர் விரும்பாதவரை அல்லது அனுமதிக்காதவரை அல்லது உதவி கேட்காதவரை நெருங்கிச் செல்லாமல் பார்த்துக்கொள்ள வேண்டும். இவ்வாறு ஒவ்வொரு குடும்ப உறுப்பினரும் தங்களுக்குள் ஒரு இடைவெளியின் வரம்பைப் பராமரித்துக்கொண்டு மற்றவர்கள் வாழ்க்கையில் தலையிடாமல் இருந்தால் குடும்பத்தில் அமைதி ஏற்படுவதற்கான வாய்ப்புகள் அதிகம்.

இந்த இடைவெளி வரம்பில்லாமல்

♦ கட்டுப்பாடுகள் விதித்தல்

- அறிவுரை கூறுதல்
- அதிகாரம் செலுத்தல்
- வாழ்வில்/செயலில் குறுக்கிடுதல்
- குறைகூறுதல்/எதிராகப் பேசுதல்
- அவமதித்தல்/இழிவுசெய்தல்

போன்றவற்றையெல்லாம். அதிகாரமிக்க ஒருவர் அதிகாரமற்றவர் மீது அல்லது குடும்பத்தின் மீது செய்தாலும் குடும்பத்தில் குழப்பங்கள் ஏற்படுத்தும்.

<h1 style="text-align:center">பயிற்சி 8</h1>

குடும்பத்தில் ஒருவரை மாற்றி ஒருவர் தோல்வியடைய செய்துவிடக்கூடாது என்றும்/எப்பொழுதும். தோல்வி என்பது ஒருவரின் குறைகள், அறிவு, பணம், அழகு, இணையர், பிள்ளைகள், தொழில், வேலை, கல்வி, வீடு ஆகியவற்றைக் கேலி செய்து சிறுமைப்படுத்துவது என்பதாகும். இழிவு செய்பவருக்கு அப்போது மகிழ்வைக் கொடுக்கும். ஆனால் அது இழிவு செய்யப்பட்டவரின் அல்லது அவரது இணையர்/பிள்ளைகள் மனதைக் காயப்படுத்தி வஞ்சத்தை அவர்களுக்குள் ஏற்படுத்தும் என்பது உறுதி. அந்த வஞ்சம் அவர்களுக்கு நேரம் கிடைக்கும்போது இழிவு செய்தவரையும் அவர் குடும்பத்தைச் சார்ந்தவர்களையும் வீழ்த்தும். அன்று உங்கள் தவறை உணரும் போது நீங்கள் கொடுத்த விலை அதிகமாக இருக்கும்.

அதனால், நம் உறவை நாமே தோல்வியுறச் செய்யக்கூடாது என்றும்/எந்தச் சூழலிலும். இவர்கள் நம் பெற்றோர், நம் இணையர், நம் பிள்ளை, நம் முதல்நிலை உறவுகள் என்று என்னும் சிந்தனையோடு அவர்கள் மீது அன்பு செலுத்தும் வழக்கத்தைக் குடும்பத்தில் அனைவரும் வாழ்வியல் முறையாகக் கொண்டு வாழ வேண்டும்.

தன்னை இகழ்ந்த உறவு தாழும் நிலை வந்தால் அல்லது அவ்வுறவுக்கு உதவி தேவைப்படும்போது, தன் உறவு தன்னை இகழ்ந்ததனால் ஏற்பட்ட வருத்தத்தை மறந்து, அவருக்குத் துணையாய் நின்று அந்த உறவைக் காக்கும் செயலில் ஈடுபட்டால் உறவு தழைத்தோங்கும். இதைச் செய்வதற்கு மனம் செம்மையாக இருப்பவர்களால் மட்டுமே முடியும் அந்தச் செம்மையான மனம் நம்மில் எவ்வளவு பேரிடம் இருக்கும் என்பதுதான் கேள்விக்குறி. இந்தச் செம்மையான மனதை

அனைவருக்கும் உருவாக்குவதற்கு 'குடும்ப அமைதிக்குழு' என்ற ஒன்றை அமைத்து தேவையான செயல்களைச் செய்யவேண்டும்.

பயிற்சி 9

குடும்ப அமைதிக் குழு:

குடும்பத்தின் மகிழ்ச்சி/அமைதிக்கு அமைதிக்குழு ஒன்றை அமைத்திட வேண்டும். எந்தப் பிரச்சனை வந்தாலும் இந்தக் குழு அவற்றை ஆராய்ந்தறிந்து தீர்வு ஏற்படுத்தி அமைதியையும் மகிழ்ச்சியையும் உருவாக்க வேண்டும். இதுவே அதன் முக்கிய குறிக்கோளாக இருக்க வேண்டும். குறிக்கோளிலிருந்து எந்தச்சூழலிலும் அக்குழு விலகக்கூடாது. இக்குழுவின் அறிவுரையை அனைத்துக் குடும்ப உறுப்பினர்களும் எவ்விதக் கட்டுப்பாடுகளையும் விதிக்காமல் ஏற்றுக்கொண்டு, அதனை நடைமுறைப்படுத்தி வாழ வேண்டும்.

பயிற்சி 10

வாழ்வியல் பயிற்சி:

திருமணத்திற்குப் பிறகான வாழ்வைப்பற்றிப் புரிந்துகொள்ளாமல் அல்லது அதில் என்ன புரிந்துகொள்ளத் தேவையிருக்கிறதென்றும் அல்லது தங்கள் பெற்றோரும் மற்றவரும் வாழ்ந்த வாழ்வைப் பார்த்து அரைகுறையாகத் தெரிந்துகொண்டு திருமண வாழ்வைத் தொடங்குவதுதான் பெரும்பாலானோர் வாழ்வில் பிரச்சனைகளை உருவாக்குகிறது.

இப்படி ஆரம்பித்ததில் சிலர்

- வாழ்க்கை தரும் பாடங்களிலிருந்து கற்றுக்கொண்டும்
- ஏற்படக்கூடிய பிரச்சனைகளைச் சுமுகமாக சமாளிக்கும் திறனை இயற்கையாகவே பெற்றிருப்பதாலும்

வாழ்க்கையை நன்றாக வாழ்கிறார்கள். அத்திறன் இல்லாதவர்கள் பிரச்சனைகளை எதிர்கொள்ள முடியாமலும், அதனால் ஏற்படும் துன்பங்களையும், இழப்புகளையும், பிரிவுகளையும் எவ்வாறு தவிர்ப்பது என்றறியாமல் துவண்டு வாழ்ந்து கொண்டிருக்கிறார்கள்.

இதேபோல், பிள்ளைகளை எவ்வாறு வளர்ப்பது என்று புரிந்துகொள்ளாமல் பிள்ளை பெற்றுக்கொள்வதாலும் மற்றும் பிள்ளைகளின் திருமணத்திற்குப் பிறகு அவர்களின் இணையர்களுடன் எவ்வாறு பழகவேண்டும் என்பதைப் புரிந்துகொள்ளாமல் பிள்ளைகளுக்குத் திருமணம் செய்து வைப்பதும் குடும்பத்திற்குள் குழப்பங்களை உருவாக்குகின்றன.

வாழ்வின் ஒவ்வொரு நிலைக்கும் ஏற்றவாறு பயிற்சி எடுத்துப் புரிந்துகொண்டு வாழ்வை ஆரம்பித்தால் அனைவர் வாழ்வும் சிறக்க மிகப்பெரிய வாய்ப்புள்ளது.

இந்தப் பயிற்சி எடுக்க எத்தனைப்பேர் விரும்புவார்கள் என்பது தான் கேள்விக்குறி.

இதற்கு அரசுதான் ஒரு விதி செய்யவேண்டும். சிறந்த வல்லுநர்களுடன் கூடிய பயிற்சி நிலையங்களை ஆரம்பித்து, மக்களை அவர்கள் வாழ்வின் ஒவ்வொரு நிலைக்கு முன்பும் பயிற்றுவித்துச் சிறந்தவர்களாக்கி பின்னர் அந்த நிலைக்கு அவர்களைச் செல்ல அனுமதிக்கவேண்டும்.

திருமண வயது வந்த ஆண் பெண் இருவரும் திருமண வாழ்வியல் முறைக்குத் தகுதியுள்ளவர்களாக தங்களை வளர்த்துக்கொள்ளத் திருமணத்திற்கு முன் (இரண்டு வருடங்களுக்கு முன்) பயிற்சி பெற வேண்டும்.

அப்படி இல்லாமல் தாங்கள் அறிந்தவாறும் அல்லது தங்களின் பெற்றோர் மற்றும் உறவுகள் வாழ்ந்த தவறான வாழ்வியல் முறையைக் கடைப்பிடித்து வாழ்வதால் பிரச்சனைகள் ஆரம்பமாகி பெரிதாக வளர்கிறது.

பிள்ளைகள் பெறுவதற்கு முன் (ஒரு வருடத்திற்கு முன்) அவர்களை நல்லமுறையில் வளர்ப்பதற்கான பண்புகளை இணையர்கள் அறிந்து அப்பண்புகளை வாழ்வியலாக மாற்றிக்கொண்ட பிறகு பிள்ளைகளைப் பெற வேண்டும்.

பிள்ளைகளைப் பெற்றபின், அறிந்துணர்ந்தவாறு வளர்க்க வேண்டும்.

பிள்ளைகளுக்குத் திருமணம் செய்வதற்கு முன் (இரண்டு வருடங்களுக்கு முன்) வரப்போகும் உறவுகளான மருமகன் மற்றும் மருமகள் ஆகியவரிடம் எவ்வாறு பழக வேண்டும் என்று கற்றுணர்ந்த பிறகு பிள்ளைகளுக்குத் திருமணம் செய்யவேண்டும்.

மருமகன் மற்றும் மருமகள் ஆகிய உறவாகப்போகிறவர்கள் தங்களின் திருமணத்திற்கு முன் (இரண்டு வருடத்திற்கு முன்) புதிதாக தங்கள் வாழ்வில் வரப்போகும் உறவுகளுடன் எவ்வாறு உறவினை வளர்க்கவேண்டும் என்கிற ஆறு மாதப் பயிற்சியைப் பெற வேண்டும்.

குறிப்பு: மேற்கூறிய பயிற்சிகளைப் பெற்ற அனைவருக்கும், குறிப்பிட்ட கால இடைவெளியில், காலமாறுதலுக்கேற்றவாறு, மறுப்பயிற்சி அளிக்கவேண்டும்.

பிள்ளைகளுக்கு மூன்று வயதிலிருந்து திருமண வயது வரும் வரை ஒவ்வொரு இரண்டு வருடத்திற்கு ஒரு மாதம் (அந்தந்த வயதிற்கு ஏற்றவாறு)

- தனக்குத்தானே
- பெற்றோர்களிடம்
- உடன்பிறப்புகளிடம்
- உறவுகளிடம்
- நண்பர்களிடம்
- தெரிந்தவர்களிடம்
- கல்வி நிறுவனத்தில்
- ஆசிரியர்களிடம்
- சமூகத்தில்
- நாட்டில்

எவ்வாறு பழக/வாழ வேண்டும் என்பதற்கான பயிற்சி பெற்று வளர வேண்டும்.

இவற்றுக்கான வழிமுறைகளை அரசு தகுந்த வல்லுநர்களைக் கொண்டு கண்டறிந்து சிறந்த முறையில் செயல்படுத்த வேண்டும்.

இவ்வாறு செயல்படுத்தப்பட்டால் நம் மக்கள் அனைவரும் நன்மக்களாக வாழ ஆரம்பிப்பர்.

அதனால், குடும்பத்திலும், சமூகத்திலும் ஏற்படும் பெரும்பான்மையான பிரச்சனைகள் அற்றுப்போகும்.

இவ்வாறு செய்வதால், ஒவ்வொரு குடும்பமும் ஒற்றுமையுடனும் அமைதியுடனும் மகிழ்வுடனும் வாழும். அவ்வாறு ஒவ்வொரு குடும்பமும் வாழும் போது நம்நாடு மகிழ்வான மக்கள் வாழும் நாடாகப் போற்றப்படும்.

சமூகத்தின் மற்றும் அரசாங்கத்தின் கடமையும் பொறுப்பும்

இன்றைய வாக்கு அரசியல் காலத்தில் அரசாங்கம், இந்நூலில் விவரிக்கப்பட்டுள்ள நீதியரசரின் தீர்ப்பின்படி, ஒரு சாராருக்குப் பாதிப்பு (அதாவது இன்னும் நிறைய ஆண்டுகள் வாக்களிக்க

வாய்ப்புள்ளவர்கள்) ஏற்படுத்தும் சட்டத்தைக் கொண்டு வருவார்களா?

வயதானவர்களுக்கு (அதாவது இன்னும் சிறிது ஆண்டுகள்தான் வாக்களிக்க வாய்ப்புள்ளவர்கள்) நன்மை ஏற்படுத்தும் சட்டத்தைக் கொண்டு வருவார்களா?

வாக்களிக்கும் வயது வராத பிள்ளைகளுக்கு நன்மை ஏற்படுத்தும் சட்டத்தைக் கொண்டு வருவார்களா?

என்பது தான் மிக முக்கிய கேள்விக்குறி.

ஒரு தவறு அல்லது தப்பு நடக்கிறது என்பதை ஒரு தனி மனிதரோ அல்லது ஒரு குடும்பமோ அல்லது ஒரு சமூகமோ அல்லது ஒரு அரசாங்கமோ அறிவிருந்தும் அறியாமலேயே இருந்தால் அல்லது அறிந்தும் அறியாதது போல் இருந்தால் அல்லது அறியக்கூடிய அறிவு இல்லாமலேயே இருந்தால் அல்லது சிறிய தவறுதானே/தப்புதானே என்று பொருட்படுத்தாமல் இருந்தால் அந்தத் தனிமனிதரும், அவரின் குடும்பமும், சமூகமும், அரசாங்கமும் அழிவுப்பாதைக்குச் செல்லும் என்பது நிச்சயம்.

ஒரு தனி மனிதர் அல்லது ஒரு குடும்பத்தில் நடக்கும் தவறுகளைச் சமூகமும் அரசாங்கமும் கண்டுகொள்ளவில்லை என்றால், அதற்கான இழப்புகளைச் சமூகமும் அரசாங்கமும் தான் ஏற்றுக்கொள்ள வேண்டியிருக்கும். எடுத்துக்காட்டாக, ஒரு வீட்டில் கணவன் மனைவி தகராறில் மனைவி கொல்லப்படுகிறார். கணவன் சிறைக்குச் செல்கிறார். வீட்டில் இருந்த குழந்தைகளுக்கு உறவுகளோ அல்லது வேறு யாரும் உதவிக்கு வராவிட்டால், அவர்கள் ஒன்று குழந்தை தொழிலாளர்களாக மாற வேண்டும் அல்லது அனாதை இல்லத்திற்குச் செல்ல வேண்டும் அல்லது அவர்கள் சமூக விரோதிகளால் தீய செயல்கள் செய்பவர்களாக ஆக்கப்படுவதற்கான வாய்ப்புகள் அதிகமாகிறது.

அனாதை இல்லத்தில் சேர்க்கப்பட்டு வளரும் பிள்ளைகளுக்கு ஆகும் செலவை அரசாங்கமோ அல்லது சமூகமோதான் செலவு செய்ய வேண்டி இருக்கிறது. இதற்குக் காரணம் ஒரு குடும்பத்தில் நடந்த பிரச்சனை. அந்தப் பிரச்சனைக்கு மூலக்காரணம் எது/என்ன என்பதை முன்பே சமூகத்தால் அல்லது அரசாங்கத்தால் கண்டுபிடிக்க முடியாத சூழல். ஒருவர் தீயவனாகி சிறைச்சாலைக்குச் சென்றாலும், அங்கு

அவர்கள் வாழ்வதற்கான செலவினை அரசாங்கம்தான் ஏற்கவேண்டியுள்ளது.

மற்றொரு உதாரணம்

வயதான தாய் தந்தையரைப் பிள்ளைகள் கவனித்துக்கொள்ள மறுப்பதால் ஏற்படுவது. பிள்ளைகள் கவனித்துக்கொள்ள மறுப்பதால் அந்த வயதானவர்கள், முதியோர் இல்லத்திற்கு அல்லது அனாதை இல்லம் செல்ல வேண்டியதாக உள்ளது. இங்கும் சமூகமும் அரசாங்கமும் அவர்களுக்காகச் செலவுகளைக் கவனித்துக் கொள்ள வேண்டியுள்ளது.

அதுமட்டுமல்லாமல் முதியோர் பணம் கொடுத்தல் மற்றும் பல சலுகைகள் போன்றவைகளாலும் அரசாங்கத்திற்குச் செலவு ஏற்படுகிறது. இதனை ஈடு செய்ய அரசாங்கம் மக்களுக்கு அனைத்து வழிகளிலும் வரியை விதிக்க வேண்டியுள்ளது அல்லது அரசாங்கம் எங்காவது கடன் வாங்க வேண்டியதாய் உள்ளது. அந்தக் கடனுக்கு வட்டி கட்டுவதற்கே அரசாங்க வருமானத்தில் பெரும்பகுதி செலவாகிறது.

இதுபோன்ற ஒரு தனிமனிதரின் அல்லது ஒரு குடும்பத்தில் நடக்கும் நிகழ்வுகள் நாட்டின் வளர்ச்சியைப் பெருமளவிற்குப் பாதிக்கிறது. எனவே ஒவ்வொரு தனிமனிதன் வாழ்வில் அல்லது குடும்பத்தில் நிகழும் நிகழ்வுகளைச் சமூகமும் அரசாங்கமும் அறியக்கூடிய வாய்ப்பு உருவானால், அந்த நபரின் அல்லது குடும்பத்தில் பிரச்சனை சிறியதாக இருக்கும் போதே தீர்த்து வைக்க முடியும். அப்படித் தீர்த்து வைக்கும் போது அரசாங்கத்திற்கு ஏற்படும் பிரச்சனைகள் மற்றும் செலவினங்கள் போன்றவை மிகவும் குறையும். அதற்கு என்ன வழி.

1. கல்வி

2. தனி மனித ஒழுக்கம்

3. பின்னூட்டம்

4. பொருளாதாரப் பாதுகாப்பு

கல்வி:

பிள்ளைகள் அனைவருக்கும் கல்லூரிக்கல்வி என்பதனை அரசு உறுதி செய்யவேண்டும். இதில் எவ்வித விட்டுக்கொடுத்தலையும் எதற்காகவும் செய்யக்கூடாது.

கல்வியோடு ஓர் விருப்பமான தொழிலையும் மற்றும் அத்தொழில்முனைவிற்குத் தேவையான மன உறுதியையும், தன்னம்பிக்கை, தைரியம் ஆகியவற்றுடன் நல்லறப்பண்புகளையும் மாணவர்கள் வளர்த்து தங்களைச் செம்மையாக்கிக்கொள்ளத் தேவையான பயிற்சிகளைச் சிறந்த வல்லுநர்களைக்கொண்டு பயிற்றுவிக்கவும் பின்னர் அதனை அவர்கள் வாழ்வியல்முறையாக ஆக்கிக்கொள்ளவும் உதவவேண்டும்.

கல்வி, தொழில் மன உறுதி, நற்பண்பு, தைரியம், தன்னம்பிக்கை ஆகியவற்றில் சிறந்தவர்களாகவும் மேன்மையானவர்களாகவும் நாட்டின் அனைத்துப் பிள்ளைகளையும் உருவாக்கிடுதல் என்பதில் அரசு 100 விழுக்காடு வெற்றி பெறவேண்டும். இதனால், நாட்டிலும் வீட்டிலும் குழப்பங்கள் குறையும்.

சிறுவர்களுக்கான அனாதை இல்லங்கள்/முதியோர் இல்லங்கள் அனைத்தும் அரசால் நடத்தப்படவேண்டும். இவற்றை நடத்தும் அல்லது நடத்தவிரும்பும் ஆர்வலர்கள் அரசின் இவ்வில்லங்களுக்கு உதவலாம். இதனால், சில அனாதை இல்லத்திலும், முதியோர் இல்லங்களிலும் தவறான செயல்கள் முற்றிலுமாக இல்லாமல் போகும். இந்த திட்டத்தை அரசு செயல்படுத்தினால், அனாதைப்பிள்ளைகளின் மற்றும் முதியோர்களின் வாழ்வு பாதுகாப்புமிக்கதாக விளங்கும்.

தனிமனித ஒழுக்கம்:

இன்றைய காலகட்டத்தில் பெரும்பாலான மக்களால் நடைமுறைப்படுத்திக் கொள்ள முடியாத ஒன்று. ஏனெனில் காலச்சூழலும் சமூக நடவடிக்கைகளும் அவ்வாறு உள்ளது.

இங்கே தனிமனித ஒழுக்கம் என்பது மனம், பண்பு ஆகியவற்றில் ஒழுக்கமாக இருப்பது என்பது மட்டுமல்ல, தன்னையும் தான் சார்ந்தவரிடத்தில் குறைந்தது பெற்றோர் பிள்ளைகளுக்கும், அல்லது பிள்ளைகள் பெற்றோர்களுக்கும் எப்போதும் எங்கும் எதிலும் பாதுகாப்பு அளிக்க வேண்டும் என்கிற பண்பை வளர்த்துக் கொள்ளுதல் என்பதுதான் இங்கே மிக முக்கியமாகத் தனிமனித ஒழுக்கமாகக் கருதப்படுகிறது

இதை வாழ்வியல் முறையாக மக்கள் கொண்டால் பெற்றோர்கள் வயதான காலத்தில் தனிமைப்படுத்தப்படுவதோ

அல்லது புறக்கணிக்கப்படுவதோ அல்லது பிள்ளைகள் அனாதைகளாக்கப்படுவதோ குறையும்.

இந்தத் தனிமனித ஒழுக்கமான, பெற்றவர்கள் பிள்ளைகளைக் காப்பதும் மற்றும் பிள்ளைகள் பெற்றவர்களைக் காப்பதும், கட்டாயம் என்பதனை அரசாணை பிறப்பித்து உறுதி செய்தல் நலம். இவ்வொழுக்கம் பிள்ளைகளாலும் பெற்றவர்களாலும் நல்முறையில் கடைப்பிடிக்க முடிகிறதா என்பதனை அறியச் சமூகத்தின் உதவி தேவைப்படுகிறது. அதற்குப் பின்னூட்ட முறை பயன் தர வாய்ப்புள்ளது.

பின்னூட்டம்:

ஒரு தனி நபர் செய்யும் தவறுகள் அல்லது ஒரு குடும்பத்தில் நடக்கும் தவறுகளைப் பற்றி அரசாங்கம் அறிந்துகொள்ளப் பின்னூட்டம் எனும் முறையைப் பயன்படுத்தலாம்.

இதில் பதிவிட விரும்புபவர்களின் உதவிக்காக ஒரு சமூகவலைத்தளத்தை ஆரம்பிக்கலாம். இதில், பெற்றவர்கள் பிள்ளைகளையும் மற்றும் பிள்ளைகள் பெற்றவர்களையும் நல்லமுறையில் பாதுகாக்கிறார்களா என்பதைப்பற்றியும், மேலும், ஒரு தனிநபர் செய்யும் தவறுகள்/தீங்குகள்/நல்லவைகள் அல்லது ஒரு குடும்பத்தில் நடக்கும் தவறுகள்/தீங்குகள்/ நல்லவைகள் ஆகியவற்றை

- குடும்ப உறுப்பினர்கள்
- உறவுகள்
- அக்கம்பக்கத்தார்கள்
- நண்பர்கள்
- ஆசிரியர்கள்
- அலுவலகம்
- உடன் வேலை செய்பவர்கள்
- தெரிந்தவர்கள் ஆகியோர் பதிவிடலாம்.

தன்னை போலப் பிறரை என்னும் மனம் வேண்டும். அந்தத் தன்மை வர உள்ளத்திலே கருணை வேண்டும் என்ற பாடல் வரிகளுக்கு ஏற்ப நம் சமூகத்தில் உள்ள மக்கள் அனைவரும் தங்களைச் சுற்றி இருப்பவர்களுடன் இரண்டொழுக்க

பண்பாட்டைக் கடைப்பிடிப்பது மட்டுமல்லாமல் இந்தப் பின்னூட்டத்தில் நியாயமான முறையில் மனசாட்சியுடன் மற்றவர் பற்றிய தங்கள் கருத்தினை அளிக்கவேண்டும்.

இவர்கள் கொடுக்கும் பின்னூட்டத்தைப் பச்சை, மஞ்சள் மற்றும் சிவப்பு என்ற வகையில் தரலாம்.

பின்னர், இதனை உறுதிப்படுத்தும் வகையில், அரசாங்கம் உண்மையை அறியும் குழுவைக் கொண்டு தனி நபர் அல்லது குடும்பத்தைப் பற்றிய உயர்சொல் அல்லது குறைசொல் உண்மையா அல்லது பொய்யா என்பதைக் கண்டறிந்து தகுந்த நடவடிக்கை எடுக்கலாம்.

பச்சை வண்ணத்தில் இருப்பவர்களுக்கு ஏதாவது சலுகைகள் தரலாம்.

மஞ்சள் வண்ணத்தில் இருப்பவர்களுக்கு மனவள ஆலோசகர்கள் மூலமாக ஆலோசனைகளைத் தந்து சரிப்படுத்த வேண்டும்

சிவப்பு வண்ணத்தில் இருப்பவர்களை மற்றவர்களிடமிருந்து தனிமைப்படுத்தி உரியப் பயிற்சி மற்றும் சிகிச்சை அளித்து அவர்களை இயல்பான மனிதர்களாக மாற்ற வேண்டும்.

இந்தப் பின்னூட்டத்தின் மூலம், குடும்பத்தில் ஏற்படும் குழப்பங்களான

♦ கணவன் மனைவிக்குள் ஏற்படும் சண்டைகள், குழப்பங்கள், தவறுகள் போன்றவைகளும்

♦ பிள்ளைக்கும் தாய் தந்தையருக்கும் இடையே ஏற்படும் பிரச்சனைகள்

♦ மருமகளுக்கும் மாமனார் மாமியாருக்கும் இடையே ஏற்படும் சகிப்புத்தன்மையின்மைகள்

♦ மருமகனுக்கும் மாமனார் மாமியாருக்கும் இடையே ஏற்படும் தகராறுகள்

♦ உடன்பிறப்புகளுக்குள் ஏற்படும் பிரிவினைகள்

♦ முதல் திருமணத்தில் பிறந்த பிள்ளைகளுக்கு இரண்டாவது திருமண இணையரால் ஏற்படும் பாதிப்புகள் அல்லது இப்பிள்ளைகளால் அவர்களுக்கு ஏற்படும் பாதிப்புகள்.

போன்றவை, மற்றவர்களுக்கும் அரசாங்கத்திற்கும் தெரிந்துவிடுமே என்ற பயத்தினாலும் மேலும், அரசாங்கம் என்னவிதமான பிரச்சனைகளை உண்டாக்குமோ என்கிற அச்சத்தினாலும் குறைய ஆரம்பிக்கும்.

இவ்வாறான பிரச்சனைகள் குறையும் போது குடும்பத்திற்குள் அமைதி ஏற்பட வாய்ப்புகள் அதிகமாகும். ஒருவரையொருவர் புரிந்து வாழும் தன்மை அதிகரிக்கும்.

இதனால், முதியோர் இல்லங்களிலும் அனாதை இல்லங்களிலும் சேர்பவர்கள் அல்லது சேர்க்கப்படுபவர்கள் குறைவார்கள்.

அரசாங்கத்திற்கும் முதியோருக்கான சலுகைகளைக் குறைவான மக்களுக்கு வழங்கக்கூடிய நிலை உருவாகி செலவுகள் குறையும்.

சிறுபிள்ளைகள் அனாதைகளாகி சிலர் சமூகவிரோதிகளுடன் சேர்ந்து சமூகத்திற்கு தீங்கு விளைவிக்கும் செயல்களும் குறையும்.

ஒருவரைப்பற்றி அல்லது ஒரு குடும்பத்தைப்பற்றி நிறையப் பேர் வேண்டுமென்றே தவறாகவும் தீதாகவும் பின்னூட்டம் தர வாய்ப்புள்ளது. அதனால், அவர்கள் வாழ்க்கை பாதிக்கப்பட வாய்ப்புள்ளது.

இதனால், பின்னூட்டங்களின் உண்மை தன்மையறிய உண்மை கண்டறியும் குழு ஒன்றை அமைக்கவேண்டும்.

தவறுதலாகப் பின்னூட்டம் தந்திருக்கிறார்களெனத் தெரியவந்தால் அவர்களுக்கு அபராதங்களை மற்றும் தண்டனைகளை அளிக்கலாம்.

உண்மையான பின்னூட்டங்களைத் தருபவர்களுக்குப் பரிசுகள் வழங்கலாம்.

பொருளாதாரப் பாதுகாப்பு:

பின்னூட்டம், தனிமனித ஒழுக்கம் ஆகியவற்றை நடைமுறைப்படுத்துவதில் உள்ள சிரமங்கள் அதிகம். ஆனால் பொருளாதாரப் பாதுகாப்பு என்பதனை, ஒரு தனிநபரோ அல்லது அவரின் குடும்பமோ, அந்தக் குடும்ப உறுப்பினர்கள் அனைவருக்கான பொருளாதாரப்பாதுகாப்பைஏற்படுத்திக்கொள்ள முடியும். அதைத் தனிநபரின் அல்லது குடும்பத்தின் வாழ்வியல்

முறையாக மாற்றுவதற்கான உறுதியான வழியை அரசாங்கம் ஏற்படுத்தித் தரவேண்டும்.

எந்த ஒரு செயலையும் மக்களைத் தங்களுக்காக தங்களுக்குத் தேவையானதை தாங்களாகவே செய்து கொள்ளும் நிலைக்கு உயர்த்த அரசாங்கம் வழி காண வேண்டும்.

ஒரு தனி நபர் தனக்குப் பொருளாதாரப் பாதுகாப்பை ஏற்படுத்திக் கொள்வதும், ஒரு குடும்பம் தன் குடும்ப உறுப்பினர்களுக்கும் பொருளாதாரப் பாதுகாப்பை ஏற்படுத்திக் கொள்வதையும், அவர்களின் வாழ்வியல் முறையாக அதாவது தனிமனித அல்லது குடும்ப ஒழுக்கமாக ஆக்கிக்கொள்வதை அரசாங்கமும் சமூகமும் செய்துவிட்டால் மக்களின் வாழ்வு உயர்வது மட்டுமல்லாமல் அரசாங்கத்தின் கடமைகள், பணிச்சுமைகள், பொருளாதாரப் பிரச்சனைகள் வெகுவாகக் குறையும்.

இந்தப் பொருளாதாரப் பாதுகாப்பு இனிவரும் காலங்களில் மிகவும் தேவையானதும் அவசியமானதும் ஒன்று. ஏனெனில்.

இன்றைய மக்கள் தொகை கணக்கெடுப்பின்படி, நம் நாட்டின் மக்கள் தொகை ஏறக்குறைய 140 கோடியாகும். இதில் ஒவ்வொரு வயது வரம்பினுக்குள் இருப்பவர்களின் விழுக்காட்டினை பின்வரும் அட்டவணையில் காணலாம்.

நன்றி: India Population Statistics 2022 | Current Population of India - The Global Statistics

Age-wise Population of India in 2022					
AGE GROUP YEARS	மக்கள் தொகை	%	35 வயதிற்கு மேல் உள்ளவர்கள்	55 வயதிற்கு மேல் உள்ளவர்கள்	20 வருடத்திற்கு பிறகு 55 வயதிற்கு மேல் இருக்க போகிறவர்கள்
0-14	356,733,454	25.36%			
15-24	250,203,116	17.78%			
25-34	232,900,683	16.55%			
35-44	201,729,266	14.34%	38-39%		
45-54	154,403,711	10.97%		24-25% அதாவது 35 கோடி மக்கள் வேலையிலிருந்து ஓய்வு பெற்று வருமானமற்றவர்களாக ஆகப்போகிறவர்கள்	24 + 14 = 38 % அதாவது ஏறக்குறைய 50 கோடி மக்கள் ஓய்வு பெற்று வருமானமற்றவர்களாக ஆகப்போகிறவர்கள்.

இந்தக் கணக்கெடுப்பின்படி, அடுத்த 15 வருடங்களில் தற்போதைய மக்கள்தொகையில் ஏறக்குறைய 25% பேர், அதாவது 35 கோடி பேர் வேலையிலிருந்து ஓய்வு பெற்றவர்களாக இருப்பார்கள்.

அதுமட்டுமல்லாமல், இன்றைய காலகட்டத்தில், 50 வயதிற்கு மேல் உள்ளவர்கள், அவர்கள் செய்து கொண்டிருக்கும் வேலையில் தொடர்வது என்பது அதிர்ஷ்டமாகக் கருதப்படுகிறது. ஏனெனில், நிறுவனங்கள் இந்த வயதுக்காரர்கள்,

* சுறுசுறுப்பாக வேலைசெய்வதில்லையென்றும்

* அதிகச் சம்பளம் கொடுக்கவேண்டியுள்ளதென்றும்

* புதிய தொழில்நுட்பங்களை அறிந்துகொள்வதில் தயக்கம் காட்டுகிறார்களெனவும்

* தற்காலத்திற்கேற்றவாறு தங்களை மாற்றிக்கொள்வதில்லை மற்றும் உயர்த்திக்கொள்வதில்லை எனவும்

கருதுகிறது. அதனால், இவர்களை எவ்வாறேனும் தங்கள் நிறுவன வேலையிலிருந்து நீக்குகிறார்கள்.

இப்படி நீக்கப்பட்டவர்களுக்குப் புதிய வேலை கிடைப்பதும் இலகுவான செயலாக இருப்பதில்லை.

இவற்றால், இப்பொழுது 35 - 44 வயது வரம்பிற்குள் இருப்பவர்களும் அடுத்த 5 - 15 ஆண்டுகளில் வேலை இழக்கக்கூடிய வாய்ப்பு அதிகமாக உள்ளது.

அப்படியெனில், இப்பொழுது 35 - 44 வயது வரம்பிற்குள் உள்ள 14% பேரில் குறைந்தது 10%ஆவது வேலை இழப்பது நிச்சயம்.

எனில். 140 கோடியில் 10% அதாவது 14 கோடி பேர் வேலை இழக்க வாய்ப்புள்ளது.

எனில், அடுத்த 15 வருடங்களில், மொத்தமாக 25 % + 10 % = 35% அதாவது, ஏறக்குறைய 50 கோடி மக்கள் வருமானமற்றவர்களாக வாழக்கூடிய வாய்ப்புள்ளது.

எனில், பொருளாதாரப் பாதுகாப்பு என்பது எவ்வளவு அவசியமான ஒன்று என்பதனை, ஒவ்வொரு தனிமனிதரும்,

ஒவ்வொரு குடும்பமும், சமூகமும், அரசாங்கமும் புரிந்துகொண்டு செயல்படவேண்டிய காலகட்டத்தில் உள்ளோம்.

பொருளாதாரப் பாதுகாப்பிற்கான வழிமுறையைத் தனிமனிதரும், குடும்பமும் ஆரம்பிக்க அரசு வழிசெய்யவில்லையென்றால், 15 வருடங்களில் இந்த 50 கோடியில் பெரும்பாலானவர்களுக்குச் சமூகமும், அரசும் அதிகச் செலவிடவேண்டியிருக்கும்.

இதுமட்டுமல்லாமல், நம் நாட்டில், இளைஞர்களின் எண்ணிக்கை அதிகமாக உள்ளதாக மக்கள்தொகை புள்ளிவிவரங்கள் உணர்த்துகின்றன. இவர்களும் அடுத்த 20-30 ஆண்டுகளுக்குள் வருமானமற்றவர்களாக ஆகக்கூடிய வாய்ப்புள்ளது.

இந்தப் பொருளாதாரப் பாதுகாப்பிற்கான ஒரு வழிமுறையைத்தான் இந்நூல் விளக்கியுள்ளது. பொருளாதார அறிஞர்களைக் கொண்டு மேம்பட்ட பொருளாதாரப் பாதுகாப்பு மக்கள் அனைவருக்கும் கிடைத்திடும் வழிமுறையினை ஆய்ந்தறிந்து அரசு செயல்படுத்தவேண்டியது அவசியம் மட்டுமல்ல காலத்தின் கட்டாயமும் ஆகும்.

மக்களுக்கான ஏதாவது ஒரு சிறந்த பொருளாதாரப் பாதுகாப்பு வழிமுறையை அரசாங்கம் இப்பொழுதிலிருந்து செயல்படுத்த ஆரம்பிக்காவிட்டால், பின்னாளில் இந்நிலை உருவானால், அதிகமாக பாதிக்கப்படப்போகிறவர்கள் - சமூகம் எனும் பொதுமக்கள் தான்.

ஏனெனில், அரசாங்கம் இந்த 50 கோடி மக்களுக்குத் தேவையானவற்றைச் செய்ய வேண்டுமெனில், அரசாங்கத்திற்கு அதிக நிதித்தேவை ஏற்படும். அதற்கு அரசாங்கம் செய்யக்கூடியவை:

- விற்கப்படும் பொருட்களின் விலையை உயர்த்துதல்

- அரசாங்கத்திற்கு வருமானம் தரக்கூடிய சொத்துவரி, தண்ணீர் வரி, மின்சாரக் கட்டணம், பொருட்களுக்கான விற்பனை வரி, வருமான வரி, போக்குவரத்து கட்டணம் போன்றவற்றை உயர்த்தும்.

இதனால், பாதிக்கப்படப்போகிறவர்கள் அரசாங்கம் அல்ல, பொதுமக்கள் மட்டும் தான், ஒரு அரசு இல்லையெனில்,

மற்றொரு அரசு மாறிமாறி ஆட்சிக்கு வந்து, இவற்றைச் செய்து கொண்டேதான் இருக்கப்போகிறார்கள்.

அதுமட்டுமல்லாமல், முதியோர் இல்லங்கள், அனாதை இல்லங்கள் நடத்துபவர்கள், ஒரு சிலரைத் தவிர, பலரும் பொதுமக்களின் அன்பளிப்பினால் வரும் வருமானத்தில்தான் அவற்றை நடத்துகிறார்கள். இதற்கும் உதவி செய்யவேண்டிய நிலைக்குத் தள்ளப்படப்போகிறவர்கள் - சமூகம் எனும் பொதுமக்கள் தான்.

எனவே, இதுபோன்ற ஒரு சூழல் ஏற்பட்டால் தங்களையும் சமூகத்தையும் காக்க - பொதுமக்களும், அரசாங்கமும் ஏதாவது ஒரு வழியில் பொருளாதாரப் பாதுகாப்பினை ஏற்படுத்திக்கொண்டு, வருமுன் சேமிப்போம் என்பதை வாழ்வியலாக மாற்றி தயார் நிலையில் இருந்தால் மிகப்பெரிய சீரழிவிலிருந்து காத்துக்கொள்ள முடியும்.

பயிற்சி 11

பின்னூட்ட முறை குடும்பத்திற்குள்:

> குடும்ப உறுப்பினர்கள் அனைவரும் வாரத்திற்கு ஒரு முறை ஒன்றாக அமர்ந்து, அந்த வாரத்தில் ஒவ்வொருவருக்கும் நடந்த நல்ல தீய நிகழ்வுகளைக் கலந்து பேசி, அது எதனால் நடந்தது, எப்படி நடந்தது, யாரால் நடந்தது போன்றவற்றை ஆராய்ந்தறிய வேண்டும். அதற்குப் பின் அவற்றையெல்லாம் இனிமேல் வராமல் எவ்வாறு காப்பது என்பதற்கான செயல்களைக் கண்டுபிடிக்கவேண்டும். பின்னர், அதனை வழி முறைப்படுத்தி அனைவரும் பாசாங்கு செய்யாமல் நடைமுறைப்படுத்தி வாழ்ந்தால் குழப்பங்களைத் தீர்க்கலாம்/தவிர்க்கலாம்.

இன்றைய காலகட்டத்தில் பெற்றோர் மற்றும் பிள்ளைகளின் குடும்பம் தனித்தனியாகவும் மற்றும் வேறுவேறு ஊர்களிலும் வாழ்வதால், வாரத்திற்கு ஒருமுறை அல்லது அனைவரும் ஒரு குறிப்பிட்ட காலநேரத்தில், கூட்டுத்தொடர்பு அழைப்பில் பேசி தீர்க்கலாம்.

சிலருக்கு மற்றவரின் சில செயல்களைப் பற்றி நேரடியாக அனைவர் எதிரில் கூற தயக்கம் ஏற்படலாம். இதற்கு, சமூகவலைத்தளத்தில் குடும்பத்தின் பெயரில் பொதுவலைத்தளப்பக்கம் ஆரம்பித்தபிறகு, குடும்ப உறவுகள் அனைவரும் மற்ற உறவுகளுக்கு யாருடைய ID என்று தெரியாதவகையில் ஆரம்பிக்கவேண்டும். பின்னர், பின்னூட்ட பாரம் என்ற ஒன்றைத் தயாரித்து அதில் தாங்கள் மற்றவரைப் பற்றிக் கூற விரும்பும் கருத்துக்களை எழுதி அனுப்பலாம். பின்னர், குறிப்பிட்ட தினத்தில் வலைதளபக்கத்தில் ஏதாவது பாரம் இருந்தால் அதில் எழுதப்பட்ட செயல்களைப் பற்றியும் அதற்குத் தீர்வுகளைப் பற்றியும் ஆய்ந்தறிந்து நடைமுறைப்படுத்தி வாழ்ந்தாலும் குழப்பங்களைத் தீர்க்கலாம்/தவிர்க்கலாம்.

இங்குக் கூறப்பட்டுள்ள பயிற்சிகள் மூலம் குடும்பத்தில் வெற்றி கிடைக்கவேண்டுமென்றால், மிக முக்கிய தேவைகள்

குடும்பம் அமைதியும், மகிழ்வும் வளமும் பெற்று உயர்நிலையயடைய வேண்டுமென்கிற உண்மையான மனம் அனைவருக்கும் தேவை.

தொடர்விடாப் பயிற்சி, பயிற்சி, பயிற்சி. அப்பயிற்சி வாழ்வியலாகும் வரையும் பின்னும்.

எண்ணம், சொல் மற்றும் செயல்களில் விழிப்புநிலை எப்பொழுதும் எங்கும் எதிலும் மற்றும் எல்லோரிடத்திலும்,

இவையயனைத்துனுடன், அன்பு {தன்னலத்தைவிட உறவின் நலன் காணும் பண்பு} எனும் பெரும் வாழ்வியலை ஒவ்வொரு உறவும் தன் உடைமையாக்கி வாழ்ந்தால், குடும்பத்தின் அடித்தளமான பெற்றவர்களெனும் வேர்களின் கண்ணீர் மகிழ்வின் உச்சத்தின் வெளிப்பாடாக இருக்கும்..

வாழ்க வளமுடன் வாழ்க செம்மையாய்.

முற்றும்

இந்நூல் ஏன்?

"ஆழ்ந்துணர்ந்து கசடற அறிதல் அறிவறம்

அறிவறம் வழிநடத்தல் செயலறம்

செயலறம் உயர்வாக்கல் திறனறம்

திறனறம் மெய்ப்பித்தல் துணிவறம்

துணிவறம் காத்தல் வெல்லுதலறம்

வெல்லுதலறம் செருக்கறுத்தல் பண்பறம்

பண்பறம் போற்றுதல் நல்லறம்

நல்லறம் பேணுதல் பெருவறம்

பெருவறம் பிறர் பயனுற சொலல் கற்பித்தலறம்

கற்பித்தலறம் வாழ்வியலாக்கல் மானுட அறம்".

ரவி கண்ணப்பன்

நம் முன்னோர்களில் பலர், தாங்கள் புரிந்துகொண்ட வாழ்வியலை வாய்மொழி வாயிலாக அக்காலத்தவருக்குக் கற்பித்துச் சென்றதால் அவை பிற்காலத்தவர் அறிந்துகொள்ள வழி செய்யாமல் வாழ்ந்து சென்றுவிட்டனர்.

அப்படி, ஓர் நிலை எனக்குள் உணரவைக்கப்பட்ட கருத்துகளுக்கும் ஆகிவிடக்கூடாது என்பதை உணர்ந்ததாலும், நான் எழுதிய "கற்பித்தலறம் வாழ்வியலாக்கல் மானுட அறம்" என்ற வரிகளுக்கு ஏற்பவும், இந்தப் பரிந்துரைகளை நான் புரிந்து கொண்டவாறு இந்நூலில் விளக்கியுள்ளேன்.

இப்பரிந்துரைகள் என்னாலும் என் குடும்பத்தாலும் கடைப்பிடிக்கப்பட்டு எங்கள் குடும்பம் அமைதியாக வாழ்ந்ததா என்றால் இல்லை என்பது தான் எனது பதில்.

சொல்லுதல் எவருக்கும் எளிது ஆனால், கடைப்பிடிப்பது என்பது...

பின் எப்படி எங்களுக்கு மட்டும் இந்த முறைகளை பரிந்துரைக்கிறீர்கள் என்று கேட்டால் -

என் பதில் -

என்னால்

- கடைப்பிடிக்க முடியாத சூழல்

- கடைப்பிடிக்க மனமில்லாமல் போனது

- கடைப்பிடிக்க விழிப்பு நிலையில் இல்லாமல் மறந்த நிகழ்வுகள்

- கடைப்பிடித்த சில நிகழ்வுகளில் சிலதில் வெற்றி. ஆனால், அந்த வெற்றியைத் தொடர்ந்து தக்கவைத்துக்கொள்ளத் தவறியது

- கடைப்பிடித்தலில் தொடர் விடா முயற்சியின்மை.

அது மட்டுமன்றி, என்னால் முடியாதது மற்றவர்களாலும் முடியாது என எப்படிக் கருதமுடியும். இதைத்தான் நம் அப்துல்காலம் அவர்களும் பின்வருமாறு கருத்துரைக்கின்றார்.

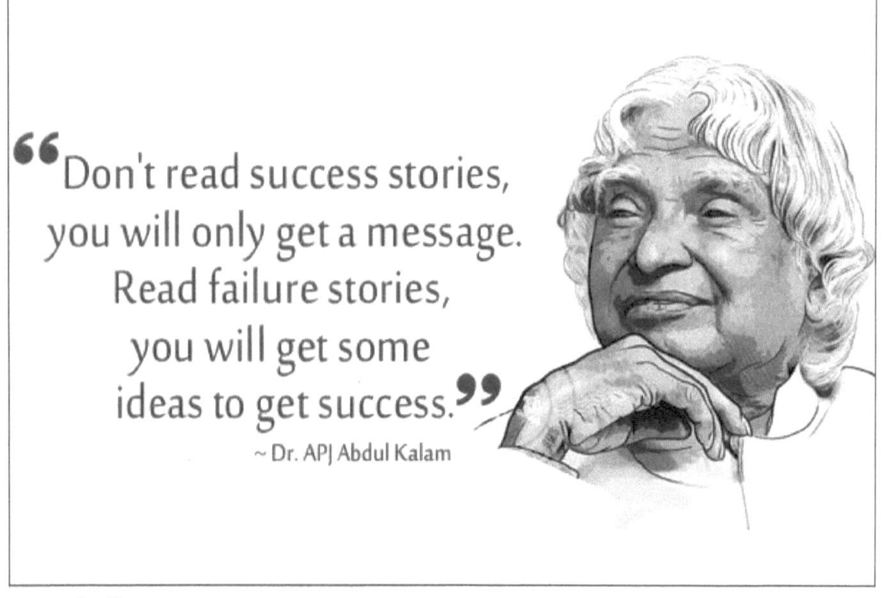

நன்றி: https://www.reddit.com/r/GetMotivated/comments/xdh16v/image_dont_read_success_stories_you_will_only_get/

குடும்ப அமைதிக்கு முயற்சி செய்ய விரும்புகிறவர்களுக்குச் சிறு உதவியாக இக்கருத்துகளும் விளக்கங்களும் அமைய வாய்ப்புள்ளதல்லவா?

மனிதனை மனிதம் மணக்கும் மனதானவனாய் மாற
உதவுதலே அறமாகும்

- ஓர் நூலுக்கும் நூலாசிரியருக்கும்.

அவ்வுதவிக்கானச் செயல் தான் இந்நூல்

யாராவது ஒருவர் இந்தூலைப் பயன்படுத்திப் பயனடைந்தால் பெருமகிழ்ச்சி.

வணக்கங்களும் நன்றிகளும்

எனக்குள் இருந்து நான் அறியாத கருத்துகளையெல்லாம் உணரவைத்தருளிய எல்லாம் செயவல்ல இறைபேராற்றல்

விளக்கங்களை அறியவைத்து உதவிய இணையத் தமிழாற்றல்

விளக்கங்களையெல்லாம் பதிவேற்றிய தமிழ் ஆர்வலர்கள்

தங்களின் ஆய்ந்தறிந்த சீரிய மறைமொழிகளையும், தத்துவங்களையும் எனக்குள் உணரவைத்த மகரிசிகள்

தெய்வப்புலவர் அய்யன் திருவள்ளுவர்

தெய்வப்புலவர் ஔவையார்

புறநானூறளித்த தமிழ்ப்பலவர் பொன்முடியார்

திருவருட்பிரகாச இராமலிங்க வள்ளலார் சுவாமிகள்

தத்துவஞானி அருட்தந்தை வேதாத்திரி மகரிசி

உலகப் பொதுமறை திருக்குறளுக்கு விளக்க உரையளித்த தமிழறிஞர் ஞா.தேவநேயப் பாவாணர்

பேராசிரியர் முனைவர் மு. வரதராசனார்

மற்றும்

நம் முன்னாள் குடியரசுத் தலைவர் மற்றும் ஏவுகணை நாயகன் மற்றும் பாரத ரத்னா டாக்டர். APJ அப்துல் கலாம்

மற்றும் எனக்குள் தமிழையும் அறிவையும் வளர்த்தப் பெற்றோர், உடன்பிறந்தோர், அனைத்து ஆசிரியர்கள், இலக்கியங்கள், புதினங்கள், கட்டுரைகள், நாவல்கள், நூல்கள், கவிதைகள், பத்திரிக்கைகள், திரைப்படங்கள்/பாடல்கள், பட்டிமன்றங்கள், தெருக்கூத்துகள், தொலைக்காட்சி நாடகங்கள்/ செய்தித் தொகுப்புகள்/விவாதங்கள், மேடைப் பேச்சாளர்கள், ஆடியோ/வீடியோ சொற்பொழிவுகள் மற்றும் என்னுடன் உரையாடிய நண்பர்கள்/உறவுகள்.

எப்பொழுதும் ஊக்கமூட்டித் தாங்கிப் பிடித்திருக்கும்

மனைவி   தமயந்தி

மகன்   கௌதம்

மகள்   மதுமிதா

ஆகிய அனைவருக்கும்.

நூல் பற்றி

பிள்ளைகளின் துரோகத்தை நினைக்க நினைக்க எங்களுக்கு எங்கள் மீதே கோபம் அதிகமாகியது. பிள்ளைகளிடம் இவ்வாறு ஏமாந்து ஊராரின் ஏளனத்துக்கு ஆளாகி நிற்கிறோமே என்ற வேதனை அதிகமானது. பிள்ளைகளுக்கு எவ்வாறேனும் புத்தி புகட்ட வேண்டும் என்று எனக்குத் தோன்றியது. அச்செயல் எங்களுக்கு மட்டுமல்லாமல் எங்களைப் போன்று பிள்ளைகளிடம் ஏற்கனவே ஏமாந்துள்ள பெற்றோர்களுக்கு மட்டுமல்லாமல் இனிவரும் காலங்களில் வயதாகி ஏமாற உள்ள பெற்றோர்களுக்கும் உதவும் வகையில் இருக்கவேண்டும் என்றும் கருதினேன்.

என்ன செய்வது என்பது குறித்து யோசித்தேன். ஒரு நாள் ஒரு எண்ணம் உருவாயிற்று.....?

நூலாசிரியர் பற்றி

ரவி கண்ணப்பன் வேதியியலில் முதுகலை பட்டம் பொற்றவர். பொதுத்துறை மற்றும் பல்வேறு தனியார் நிறுவனங்களில் பணியாற்றியவர். தற்பொழுது ஆலோசகராகப் பணியாற்றி வருகிறார்.

இவரின் முதல் நூல் - வல்லமை சேர்.

வல்லமை சேர் பற்றி:

நலிந்து வரும் ஓர் நற்தொழிலை, பொதுமக்கள் எந்தெந்த வழிகளில் பங்களித்தால் மேம்படுத்த முடியும் என்று கிராமத்தில் வாழும் ஒரு வேலை கிடைக்காத பொறியியல் பட்டதாரி இளைஞருக்குத் தோன்றிய செயல்திட்டம் பற்றியும்,

அந்த இளைஞர் அந்த செயல் திட்டத்தை என்னென்ன வழிகளில் பொதுமக்களிடையே கொண்டு சேர்க்க செயல்புரிகிறார் என்பதனையும்,

பொதுமக்கள் அந்த நற்செயல் திட்டத்தை ஏற்றுக்கொண்டு, தங்களின் ஆதரவை அளித்து வெற்றி பெறச் செய்தார்களா என்பதைப் பற்றியும்

இத்திட்டத்தைச் செயல்படுத்தும் போது இளைஞரின் வாழ்வில் என்ன நடைபெறுகிறது என்பதை விளக்குவது தான் இந்நூலின் சுருக்கம்.

MOBILE - 9841010117

EMAIL - ravikannappan6162@gmail.com